വേളാവൂർ വഴി വെഞ്ഞാറമൂട്

velavoor vazhi venjaramoodu
stories

•

prathapan

•

first edition
march 2019

•

typesetting & published
chintha publishers, thiruvananthapuram

•

cover
vinod

വിതരണം

ദേശാഭിമാനി ബുക്ക് ഹൗസ്

H O തിരുവനന്തപുരം-695 035
phone: 0471-2303026, 6063026
www.chinthapublishers.com
chinthapublishers@gmail.com

ബ്രാഞ്ചുകൾ

ഹെഡ്ഡാഫീസ് ബ്രാഞ്ച് കുന്നുകുഴി • സ്റ്റാച്യു തിരുവനന്തപുരം • കെ എസ് ആർ ടി സി ബസ് സ്റ്റേഷൻ ആലപ്പുഴ • കെ എസ് ആർ ടി സി ബസ് സ്റ്റേഷൻ എറണാകുളം • മച്ചിങ്ങൽ ലെയ്ൻ തൃശൂർ • ഐ ജി റോഡ് കോഴിക്കോട് • മാവൂർ റോഡ് കോഴിക്കോട് • എൻ ജി ഒ യൂണിയൻ ബിൽഡിങ് കണ്ണൂർ • സെൻട്രൽ ബസ് ടെർമിനൽ കോംപ്ലക്സ് താവക്കര കണ്ണൂർ

CO - 2757 / 4954
ISBN -978-93-88485-28-9

വേളാവൂർ വഴി വെഞ്ഞാറമൂട്

പ്രതാപൻ

ചിന്ത പബ്ലിഷേഴ്സ്
തിരുവനന്തപുരം-695 035

പ്രതാപൻ

തിരുവനന്തപുരം ജില്ലയിൽ കന്യാകുളങ്ങരയിൽ ജനനം. പരമേശ്വരൻപിള്ളയുടെയും ദേവകി അമ്മയുടെയും മകൻ. ശ്രീകാര്യം യു പി എസ്, കന്യാകുളങ്ങര ഹൈസ്കൂൾ, മഹാത്മാഗാന്ധി കോളേജ് എന്നിവിടങ്ങളിൽ വിദ്യാഭ്യാസം. കലാശാലതലത്തിൽ കഥാരചനയ്ക്ക് സമ്മാനം നേടി, എഴുത്തിന്റെ വഴിയിലേക്ക്. ചില കഥകൾക്ക് ശേഷം നീണ്ട ഇരുപത് വർഷങ്ങളുടെ ഇടവേള. ഇപ്പോൾ പ്രമുഖ ആനുകാലികങ്ങളിൽ സജീവമായി എഴുതുന്നു. തിരുവനന്തപുരത്ത് പ്രശസ്ത ഹോട്ടൽ ഗ്രൂപ്പിൽ മാനേജർ.

ഭാര്യ : രശ്മി
മക്കൾ : അദ്വൈത്, അക്ഷയ്
വിലാസം : പ്രതീക്ഷ, പുളിക്കൽ ലെയിൻ
കുടവൂർ, ആനയറ പി ഒ, തിരുവനന്തപുരം
ഇ-മെയിൽ : prathapantvm2013@gmail.com
ഫോൺ : 8547637763

ഉള്ളടക്കം

പ്രസാധകക്കുറിപ്പ്

പ്രാദേശിക മൊഴിവഴക്കങ്ങളുടെ ചാരുതയാണ് *വേളാവൂർ വഴി വെഞ്ഞാറമൂട്* എന്ന കഥാസമാഹാരത്തിന്റെ സവിശേഷത. ഈ കഥകളിലൊക്കെയും കടന്നുവരുന്നത് സാധാരണ മനുഷ്യരുടെ സംഘർഷങ്ങളാണ്. നേർത്തൊരു നർമ്മം ഈ കഥകളെ പിന്തുടരുന്നു. സ്വന്തം ദേശവും കാലവും കഥകളിലെ അനുഭവമുദ്രകളായി പതിഞ്ഞുകിടക്കുമ്പോഴത്രെ കാലത്തിനപ്പുറത്തുനിന്നും കഥകളെത്തേടി വായനക്കാർ എത്തുന്നത്. കഥയിൽ കഥയില്ലാതാവുന്നു എന്ന കദനഭാഷണങ്ങൾക്ക് ഇടമൊരുക്കാതെയുള്ള രചനാരീതിയാണ് പ്രതാപൻ സ്വീകരിച്ചിരിക്കുന്നത്. ഒരു വൈകാരിക മുഹൂർത്തത്തെ മുൻനിർത്തി വികസിപ്പിച്ചെടുക്കുന്നതാവണം ചെറുകഥകൾ എന്ന പ്രാമാണിക തത്ത്വത്തെ പ്രതാപൻ ആപ്തവാക്യമായി സ്വീകരിച്ചിരിക്കുന്നു. അത്തരമൊരു വൈകാരിക നൈരന്തര്യം ഈ കഥകളുടെ തച്ചൻ ഒരുക്കിക്കൊടുത്തിരിക്കുന്നു. ഉന്മേഷപ്രദമായൊരു വായനയ്ക്കായി ഈ പുസ്തകം തുറന്നുവയ്ക്കുന്നു.

ചിന്ത പബ്ലിഷേഴ്സ്

ഞാൻ ഉറങ്ങിയതിനുശേഷം വീട്ടിലെത്തി,
ഉണരുന്നതിന് മുമ്പ് മടങ്ങി പോയിരുന്ന,
വന്നുപോയതിന്റെ അടയാളമായി ചില പുസ്തകങ്ങൾ
എനിക്കായി ഉപേക്ഷിച്ചു പോയ എഴുത്തുകാരനും
അദ്ധ്യാപകനുമായിരുന്ന വിജയൻ ചേട്ടന്.

ജീവിതത്തിൽനിന്നും കഥയിലേക്കുള്ള ദൂരം

സി അനൂപ്

A short story must have a single mood and every sentence must build towards it.

-Edgar Alan Peo

കാഴ്ചയിൽ വന്നതോ വരാത്തതോ എന്നതല്ല ഉള്ളിലിരമ്പം ഉണ്ടാക്കിയോ എന്നതാണ് കഥാരചനയുടെ രസതന്ത്രം. ഒരു മിന്നൽ പ്രവാഹം ചെറിയൊരു ബിന്ദുവിൽ തുടങ്ങി അജ്ഞാതമായ താഴ്‌വരയാകെ നിറയും. അതുപോലെ ഒറ്റ വാക്കിൽ തുടങ്ങി വളർന്ന്, തഴച്ചുവളർന്ന് കാനന ഭംഗി കൈവരിക്കുമ്പോഴാണ് ഒരു കഥ പിറക്കേണ്ടതുപോലെ പിറന്നു എന്ന് പറയാനാവുക. അങ്ങനെയുള്ള കഥകളാണ് എത്തേണ്ടിടത്തെത്തുക. ഒരു കഥയെഴുത്തുകാരൻ ഓരോ കഥാപരിശ്രമവേളയിലും അങ്ങനെയൊന്നിന്റെ പിറവിക്കുവേണ്ടിയാണ് പ്രാർത്ഥിക്കുക. അല്ലെങ്കിൽ പ്രയത്നിക്കുക. ഈ പ്രാർത്ഥനയുടെയും പ്രയത്നത്തിന്റെയും അഴിമുഖത്താണ് പ്രതാപൻ എന്ന കഥാകൃത്ത് നില്ക്കുന്നത്. ആ നില്പ് നല്ല കഥാകാലത്തിലേക്ക് പോകുന്നതിന്റെ നിരവധി സൂചനകൾ നല്കുന്നുമുണ്ട്.

സ്വന്തം ദേശവും അനുഭവപരിസരവും എഴുത്തുകാരന്റെ ഊർജ്ജ സ്രോതസ്സാണ്. അയാൾ അറിഞ്ഞും അറിയാതെയും നടന്നുതീർത്ത വഴികളിലൂടെ തിരിഞ്ഞുനടക്കാൻ ശ്രമിക്കും. അങ്ങനെ അവൻ ജീവിത പുരാവൃത്തങ്ങളിലേക്കും ഓർമ്മയുടെ നേർത്ത ഞരമ്പുകളിലേക്കും കടന്നുചെല്ലുന്നു. അവിടെ കാത്തിരിക്കുന്നത് ഒരുപക്ഷേ, ഏറ്റവും ആഴത്തിൽ സ്വാധീനിച്ച ഒരു കല്പനയാകാം. അല്ലെങ്കിൽ ഒരു വാക്കു മാത്രമാകാം. പ്രതാപന്റെ കഥകളുടെ ഏറ്റവും പ്രധാന രസജീവനം പിൻവിളി വിളിക്കുന്ന പൂർവ്വകാലാനുഭവങ്ങളും ഓർമ്മപ്പെരുക്കങ്ങളും തന്നെയാണ്. ഓരോ കഥയും അതിന്റെ നേർസാക്ഷ്യങ്ങൾ.

10 വേളാവൂർ വഴി വെഞ്ഞാറമൂട്

പ്രതാപൻ

വേളാവൂർവഴി വെഞ്ഞാറമൂട് എന്ന കഥയുടെ തുടക്കം തന്നെ ഒരു കാലഘട്ടത്തിന്റെ അഭിരുചിയിലേക്കും കാലം അതിന് നല്കുന്ന കാലാന്തര വ്യതിയാനത്തിലേക്കുമുള്ള ജാലകം തുറന്നുകൊണ്ടാണ്.

തമ്പാനൂരിൽനിന്ന് വേളാവൂർ വഴി വെഞ്ഞാറമൂട്ടിലേക്ക് പോകുന്ന ടി അഞ്ഞൂറ്റി നാല്പത്തെട്ടാം നമ്പർ സർക്കാർ ബസിന്റെ ഡ്രൈവർ എൺപതുകളിൽ അഭ്രപാളിയിലെ നിത്യകാമുകനായിരുന്ന ജോസിന്റെ രൂപഭംഗിയുള്ള ഒരാളായിരുന്നു. സ്ഥാനത്തും അസ്ഥാനത്തും മൈക്ക് പിടിച്ച് പാടുന്ന ഒരു കോമാളിയായാണ് ഇക്കാലത്ത് അനുകരണ ത്തൊഴിലാളികൾ ആ പാവം നടനെ വേദികളിൽ അവതരിപ്പിക്കുന്നത് (വേളാവൂർവഴി വെഞ്ഞാറമ്മൂട്).

ഇങ്ങനെ ചില ദീപ്തമായ സൂചനകളിലൂടെ തുടങ്ങുന്ന കഥ പതു ക്കെപ്പതുക്കെ ഒരു സർക്കാർ ബസിന്റെ അകത്തേക്കും അവിടെ മിഴി വാർന്നുവരുന്ന കഥാപാത്രങ്ങളിലേക്കും കടന്നു ചെല്ലുന്നു. ജോസ് എന്ന പഴയകാല ചലച്ചിത്രതാരത്തിന്റെ ഛായയുള്ള ബസ് സാരഥി ഒരു പ്രതീകമാണ്. അയാളുടെ ഓരോ നോട്ടവും ചലനവും പല കാലങ്ങളെ അനുസ്മരിപ്പിക്കുകയും ചെയ്യുന്നു. കേന്ദ്രകഥാപാത്രം മാത്രമല്ല ചാല ക്കമ്പോളത്തിലെ കയറ്റിറക്കുതൊഴിലാളിയും, ഗ്രാമത്തിലെ പൊതുപ്രവർ ത്തകനായ ജോൺസണും, ചെരുപ്പുകടയിലെ വില്പനസഹായി ബഷീറും, തടിച്ച ഇംഗ്ലീഷ് പുസ്തകങ്ങളുമായി പ്രത്യക്ഷനാകുന്ന സദാ ശിവനും, കേന്ദ്ര കുറ്റാന്വേഷണ വിഭാഗത്തിൽ ജോലിനോക്കുന്ന മോഹന ചന്ദ്രനുമൊക്കെ ഒരു കാലഘട്ടത്തിന്റെ ഓർമ്മപ്പെടുത്തലുകൾ പോലെ ഈ കഥയിൽ കടന്നുവരുന്നു. പ്രത്യക്ഷപ്പെടൽപോലെതന്നെ അപ്രത്യ ക്ഷമാകലും കഥാപാത്രങ്ങളുടെ വിധിയാണെന്ന് ഓർമ്മപ്പെടുത്തുന്നുണ്ട് ഈ കഥ.

എവിടെയൊക്കെയോ അവതരിക്കാനും അജ്ഞാതനാവാ നുമുള്ളതായിരുന്നു ജോസിന്റെ ജീവിതം. കഥാന്ത്യത്തിൽ നാം കാണുന്ന ജോസണ്ണൻ എവിടെയും ഏതുനേരത്തും നമുക്ക് കണ്ടു എന്ന തോന്ന ലുണ്ടാക്കാൻ കഴിയുന്ന കഥാപാത്രവും. ഒരുപക്ഷേ, ചുരം കയറിപ്പോ കുന്ന ബസിന്റെ ഡ്രൈവർ സീറ്റിൽ ജോസ് തന്നെയാകുമോ ഇരിക്കുന്നത്? അതെ എന്ന മറുപടിയോടെയാണ് കഥ അവസാനിക്കുന്നതെങ്കിലും, അതൊരു ഫാന്റസിയാണെന്ന് തോന്നുംവിധംമാണ് ആ കഥാപാത്രത്തെ കൃതഹസ്തതയോടെ പ്രതാപൻ വളർത്തിക്കൊണ്ടുവരുന്നത്. ഈ കഥ യുടെ തുടക്കം മുതൽ വായനക്കാർ സഞ്ചരിക്കുന്നത് ഒരു നാടിന്റെ നാഡീ ഞരമ്പിനെ തൊട്ടുകൊണ്ടാണ്. ആ യാത്ര രസകരവും ഗൃഹാതുര വുമാകുന്നിടത്താണ് കഥ വിജയം നേടുന്നത്.

പരികർമ്മി മറ്റൊരു കഥാവഴിയിലൂടെയുള്ള യാത്രയാണ്. ദേശകാല ങ്ങളിലൂടെയല്ല ഈ കഥയുടെ അനസ്യൂതമായ സഞ്ചാരം. മറിച്ച് മനസ്സിന്റെ ഇടനിലങ്ങളിലൂടെയാണ്. നഷ്ടപ്പെടുന്ന തനതുഭാഷയെ തിരിച്ചു വിളിക്കുന്നതിനും, ഓർത്തുവയ്ക്കേണ്ട പല പ്രയോഗങ്ങൾ, കാത്തു

വെച്ചും എഴുത്ത് കൂടുതൽ സാന്ദ്രമാകുന്നതും പരികർമ്മിയിൽ നാം കാണുന്നു. അമ്മാവൻ ഒരു പൈതൃകത്തിന്റെ തിരുശേഷിപ്പാണ്. ബന്ധങ്ങൾ പലതരത്തിൽ വ്യാജവും ആഴമില്ലാത്തതുമായി രൂപാന്തരപ്പെടുന്ന ഒരു കാലത്ത് സ്വന്തം വേരുകളിലേക്ക് തിരിച്ചുപോകുന്നതിനും, ഉള്ളിലെവിടെയൊക്കെയോ ആഴ്ന്നിട്ടുള്ള കുഞ്ഞുകുഞ്ഞു വേരുകൾക്ക് നനവു പകരുന്നതിനും ശ്രമിക്കുന്ന കഥയാണ് പരികർമ്മി.

....എന്തിനുവേണ്ടിയാണെന്നറിയില്ല. അവസാനത്തെ വാക്യം പറയുമ്പോൾ കൂടുതൽ ഉച്ചത്തിലായിരുന്നു അച്ഛന്റെ ശബ്ദം. ഒട്ടും ഇടർച്ചയില്ല.

സൂര്യനും ഞാനും ഒരുമിച്ചാണ് കുന്നിറങ്ങാൻ തുടങ്ങിയത്. പിന്നിൽ അച്ഛൻ. ഞാൻ വഴിമാറിനിന്നു. അച്ഛൻ മുന്നിൽ നടക്കട്ടെ ഞാൻ പിന്നിൽ മാത്രം നടക്കാം. എല്ലാക്കാലത്തും അതുമതിയെനിക്ക്. അതുമാത്രം.

വൈദ്യൻകാവ് എന്ന കഥ അവസാനിക്കുന്നത് ഇങ്ങനെയാണ്. നഗരത്തിൽനിന്നും പിൻവിളി വിളിക്കുന്ന വൈദ്യൻകാവിലേക്കുള്ള യാത്രയും തുടർന്നുള്ള അച്ഛൻ അനുഭവവുമാണ് ഈ കഥയുടെ കേന്ദ്രപ്രമേയം. പലപ്പോഴും നമ്മുടെ സമകാലകഥയിൽ പലരുടെയും രചനകളിൽ നഷ്ടപ്പെടുന്നത് കഥ തന്നെയാണ്. ഭാഷയും ഭാവുകത്വവുമൊക്കെ ഏറ്റവും വ്യത്യസ്തവും നവാനുഭവവും നല്കുമ്പോൾ അല്ല സർ, എന്താണ് ആ കഥയിലെ കഥ എന്ന് ചോദിക്കാൻ തോന്നിയാൽ അത്ഭുതപ്പെടാനില്ല. ഇവിടെ പ്രതാപന്റെ കഥകൾക്ക് ആ വർത്തമാനകാല ദുഃസ്ഥിതി അനുഭവിക്കേണ്ടിവരുന്നില്ല. കഥയിൽ കഥയുണ്ടാവണമെന്നും, അത് വായനക്കാരുമായി സംവദിക്കണമെന്നും പ്രതാപനിലെ കഥാകാരൻ ആഗ്രഹിക്കുന്നുണ്ടെന്ന് തീർച്ചയാണ്.

അമ്മ നടത്തുന്ന ആത്മഹത്യയാത്രയാണ് തുടരുന്ന യാത്രകളുടെ കേന്ദ്രപ്രമേയം. ഒരുപക്ഷേ, ഇതുപോലുള്ള അമ്മമാരുടെ കാലം ഏതാണ്ട് അവസാനിച്ച മട്ടാണ്. പിണക്കം ഒരു ചെറുയാത്രയിലൂടെ പ്രകടിപ്പിച്ച് മടങ്ങിവരുന്നവരായിരുന്നു പഴയ അമ്മമാർ. ഇന്ന് ചെറിയ ചെറിയ പിണക്കങ്ങൾപോലും മടങ്ങിവരാനുള്ള യാത്രയിൽ അവസാനിക്കുന്നില്ല. പകരം അവസാനയാത്രയ്ക്ക് കച്ചകെട്ടുന്ന മാനസികാവസ്ഥയിലേക്കാണ്. അമ്മമാർ ചെന്നെത്തുന്നത്. പഴയ അമ്മമാർക്ക് ചെറിയ ചെറിയ നീരസങ്ങൾ തീരുംവരെ എത്തിച്ചേരാൻ നിരവധി വീടുകളുണ്ടായിരുന്നു. ഇന്നത്തെ അമ്മമാർക്ക് ഇറങ്ങിയ വീട്ടിലേക്ക് മടങ്ങിവരാനുമാവില്ല. ചെന്നുകയറാൻ വീടുകളുമില്ല അവർക്ക്.

കഥ എന്നെഴുതി അടിവരയിട്ടതിനുശേഷം അതിനുതാഴെ ജീവിതം എഴുതാമോ എന്ന സങ്കീർണ്ണമായ ചോദ്യത്തിലാണ് കഥയിൽനിന്നുയരുന്ന ചോദ്യങ്ങൾ ആരംഭിക്കുന്നത്. ഇത് ഏതൊരു എഴുത്തുകാരനും അഭിമുഖീകരിക്കുന്ന കാലാന്തരപ്രസക്തമായ ചോദ്യമാണ്. ജീവിതവും കഥയും തമ്മിലുള്ള സർഗ്ഗാത്മക ദൂരം കുറഞ്ഞുകുറഞ്ഞുവരുന്നതാണ് നാം കാണുന്നതും. ഏതൊരു മികച്ച കഥയും കഥാപാത്രവും ജീവിത

ത്തിന്റെ പിച്ചിച്ചീന്തിയ ഏടാവാതെ വയ്യ. അവിടെ ദുരൂഹ വ്യവസായത്തിനോ, ജീവിതത്തിൽനിന്നുള്ള ഒളിച്ചോട്ടത്തിനോ സാദ്ധ്യതയില്ല. ഈ കാര്യത്തിൽ പ്രതാപന്റെ കഥകൾ ഏറ്റവും സത്യസന്ധത പുലർത്തുന്നതാണ് ഈ കഥകളിൽ കാണുന്നത്. ജീവിതം എഴുതിയാൽ കഥയാകുമോ എന്ന ചോദ്യം എഴുത്തിന്റെ ആന്തരികമായ ചില സാദ്ധ്യതകളെക്കുറിച്ചു കൂടിയുള്ള ഉൽക്കണ്ഠയാണ് പങ്കുവെയ്ക്കുന്നത്.

ഏറ്റവും ലളിതമായി എഴുതുക എന്നത് ശ്രമകരമാണ്. ദുരൂഹമായ രചനകളുടെ കാലം കഴിഞ്ഞു എന്നും തീവ്രമായ അനുഭവങ്ങളെപ്പോലും ഏറ്റവും ദീപ്തമായി എഴുതുമ്പോഴാണ് വായനക്കാർക്ക് പ്രിയങ്കരമാക്കുക എന്നുമുള്ള തിരിച്ചറിവുള്ള എഴുത്തുകാരനെയാണ് നാം ഈ കഥകളിൽ കാണുന്നത്. കാരൂർ നീലകണ്ഠപിള്ളയുടെ *പൂവമ്പഴം, മരപ്പാവ,* തകഴിയുടെ *വെള്ളപ്പൊക്കത്തിൽ,* എം ടിയുടെ *വാനപ്രസ്ഥം* ഇങ്ങനെ മലയാളത്തിലെ എണ്ണം പറഞ്ഞ കഥകളൊക്കെ ജീവിതത്തെ കൂടുതൽ പ്രകാശപൂർണ്ണമാക്കുന്നത് ഉൾക്കാതൽ നിലനിർത്തിയുള്ള രചനാരീതികൊണ്ടാണ്.

പ്രതാപന്റെ ഓരോ കഥയും സൂക്ഷ്മമായ ചില സൂചനകൾ നല്കുന്നുണ്ട്. ജീവിച്ചു തീർത്ത ജീവിതം ഓർമ്മയുടേയും, ആർദ്രതയുടേതുമാണെന്ന് പ്രതാപൻ നിരന്തരം എഴുത്തിൽ രേഖപ്പെടുത്താൻ ശ്രമിക്കുന്നു. വൈദ്യൻകാവ്, ലിയനാർഡോ ഡാവിഞ്ചി, ഹിമശൈല സൈകത ഭൂമിയിൽ, ഖൊ-ഖൊ, തുടരുന്ന യാത്രകൾ, ടിസ്റ്റ് തുടങ്ങി ഈ സമാഹാരത്തിലെ കഥകൾ ഓരോന്നും വ്യത്യസ്തതകൊണ്ടാണ് വായനക്കാരെ ആകർഷിക്കുന്നത്.

എഴുത്തുകാർ വായനക്കാർക്ക് പുതിയ ആകാശവും പുതിയ ഭൂമിയും നല്കാൻ ബാദ്ധ്യസ്ഥരാണ്. സ്വയം പിന്നിട്ട പാതകളെക്കുറിച്ചും അവിടെ കണ്ടുമുട്ടിയ വൈചിത്ര്യമുള്ള കഥാപാത്രങ്ങളെക്കുറിച്ചുമൊക്കെ എഴുത്തിൽ പുനരവതരിപ്പിക്കുന്ന എഴുത്തുകാരൻ യഥാർത്ഥത്തിൽ പുതിയ വഴിയുടെ നിർമ്മാണ പ്രവർത്തനങ്ങളിലാണ് നിരന്തരം ഏർപ്പെടുന്നത്. പ്രതാപന്റെ കഥകൾ അതിന്റെ നല്ല സൂചനകൾ നിരന്തരം നല്കുന്നുണ്ട്.

നീണ്ട ഇടവേളകൾക്കുശേഷമാണ് പ്രതാപൻ കഥകൾ എഴുതാറുള്ളത്. ഇരുപത്തഞ്ചിലേറെ വർഷത്തെ എഴുത്തു ജീവിതത്തിനുശേഷം ആദ്യ കഥാസമാഹാരം പ്രസിദ്ധീകരിക്കുന്നുവെന്നത് ആ ഇടവേളയുടെ ദൈർഘ്യം ബോദ്ധ്യപ്പെടുത്തുന്നുണ്ട്. തനിക്ക് ചിലത് മറ്റുള്ളവരോട് പറയാനുണ്ട് എന്ന് ഗാഢമായി തോന്നുമ്പോൾ മാത്രമാണ് പ്രതാപൻ കഥയെഴുതാറുള്ളത്. സന്തോഷം രണ്ടാണ്. ഒന്ന് നല്ല ചില കഥകൾക്കൊപ്പം നില്ക്കാനായതിൽ, രണ്ട് വാക്കുകളെയും സൗഹൃദങ്ങളെയും അത്രമാത്രം സ്നേഹിക്കുന്ന ഒരാളുടെ എഴുത്തു ജീവിതത്തിന്റെ ആദ്യചുവടുവെയ്പ്പിനൊപ്പം നില്ക്കാനായതിൽ.

കഥയിലെ കാര്യങ്ങൾ

വർഷാവസാന പരീക്ഷയ്ക്കു മുമ്പുള്ള യുവജനോത്സവത്തിൽ, മത്സരിച്ച് കഥയെഴുതിയതിന്റെ പിറ്റേദിവസം വരാന്തയിൽ കണ്ടപ്പോൾ മഹിളാമണി ടീച്ചർ എന്റെ കൈപിടിച്ച് ശക്തിയായി അമർത്തി. എനിക്ക് നന്നായി വേദനിച്ചു. സമ്മാനർഹരുടെ പേരുകൾ വായിച്ചപ്പോഴാണ് അത് അഭിനന്ദനമായിരുന്നുവെന്ന് മനസ്സിലായത്.

സത്യം പറഞ്ഞാൽ കഥയെഴുത്തിൽ എനിക്കൊരു ഗുരുനാഥനില്ല. എഴുത്തുമേശയോ, എഴുത്തുമുറിയോ ഇല്ലാതെ തൊഴിൽ സമയത്തിനിടയ്ക്ക് വീണുകിട്ടുന്ന ഇടനേരങ്ങളിൽ എവിടെയെങ്കിലുമൊക്കെയിരുന്ന് എഴുതിയുണ്ടാക്കിയതാണ് ഈ കഥകൾ.

എഴുത്ത് വഴിയിൽ, ഹൃദയംകൊണ്ട് പിന്തുണച്ച ചിലരെ സ്നേഹത്തോടെ ഓർക്കേണ്ടതുണ്ട്. എഴുതാൻ എക്കാലത്തും വാത്സല്യപൂർവ്വം പ്രേരിപ്പിച്ചിരുന്ന കള്ളിക്കാട് രാമചന്ദ്രൻ. യാത്രപോകുന്നയിടങ്ങളിൽ നിന്നെല്ലാം മഞ്ഞക്കാർഡിൽ, വായിച്ച പുസ്തകങ്ങളെക്കുറിച്ച് എനിക്ക് കത്തുകളെഴുതിയിരുന്ന സുരേഷ്പട്ടാലി. സൗഹൃദത്തിന്റെ പൂമരമായിരുന്ന പി ആർ മനോജ്.

കഥകളുടെ ഈ പുസ്തകരൂപത്തിന് ആത്മാർത്ഥമായി ആഗ്രഹിച്ച, പിന്തുണച്ച സി അനൂപ്, പ്രശാന്ത് നാരായണൻ. എന്റെ വായനയ്ക്കും, അക്ഷരങ്ങളോടുള്ള സ്നേഹത്തിനും അടിത്തറയായ എസ് എം ലൈബ്രറി. എന്റെ പ്രിയപ്പെട്ട ഗ്രാമം, അവിടുത്തെ നിഷ്കളങ്കരായ എന്നാൽ കരളുറപ്പുള്ള മനുഷ്യർ.

കഥകൾ പ്രസിദ്ധീകരിച്ച പത്രാധിപന്മാർക്കും പ്രസാധകരായ ചിന്ത പബ്ലിഷേഴ്സിനും നന്ദി, ഈ പുസ്തകം വാങ്ങി വായിക്കുന്ന ഓരോരുത്തരേയും ഹൃദയത്തോട് ചേർത്ത് പിടിക്കുന്നു.

പ്രതാപൻ

വേളാവൂർ വഴി വെഞ്ഞാറമൂട്

തമ്പാനൂരിൽനിന്ന് പുറപ്പെട്ട് വേളാവൂർ വഴി വെഞ്ഞാറമൂട്ടിലേക്ക് പോകുന്ന ടി അഞ്ഞൂറ്റി നാല്പത്തെട്ടാം നമ്പർ സർക്കാർ ബസിന്റെ ഡ്രൈവർ, എൺപതുകളിൽ അഭ്രപാളിയിലെ നിത്യകാമുകനായിരുന്ന ജോസിന്റെ രൂപഭംഗിയുള്ള ഒരാളായിരുന്നു. സ്ഥാനത്തും അസ്ഥാനത്തും മൈക്ക് പിടിച്ച് പാടുന്ന ഒരു കോമാളി ആയാണ് ഇക്കാലത്ത് അനുകരണത്തൊഴിലാളികൾ ആ പാവം നടനെ വേദികളിൽ അവതരിപ്പിക്കുന്നത്. പല വർണ്ണങ്ങളിൽ, ചതുരത്തിലും വൃത്തത്തിലുമുള്ള കളങ്ങളും വലിയ പൂക്കളുമൊക്കെയുള്ള ഉടുപ്പിനു മുകളിൽ മേല്ക്കുപ്പായമായാണ് അയാൾ തന്റെ തൊഴിൽ വസ്ത്രമായ കാക്കി സ്ഥിരമായി അണിഞ്ഞിരുന്നത്. നേരിയ തോതിലും വാഹനത്തിന്റെ വേഗത്തിനൊപ്പം ചിലപ്പോഴൊക്കെ ശക്തിയായും വീശുന്ന കാറ്റിന്റെ ഗതിക്കനുസരിച്ച് അയാളുടെ ഷർട്ടിന്റെ നീളൻ കോളറുകൾ പ്രത്യേക താളത്തിൽ ഇളകിക്കൊണ്ടേയിരിക്കും. അലസമെന്ന് തോന്നിപ്പിക്കുമെങ്കിലും ശ്രദ്ധാപൂർവ്വമായിരുന്നു അയാൾ തന്റെ ശരീരഭാഷ നിയന്ത്രിച്ചിരുന്നത്.

തമ്പാനൂരിൽനിന്ന് ഉച്ചയ്ക്ക് പന്ത്രണ്ട് മണി അൻപത് മിനിറ്റാകുമ്പോൾ പുറപ്പെടുന്ന ബസിലായിരുന്നു അയാളുടെ ഡ്യൂട്ടി തുടങ്ങിയിരുന്നത്. ബസ് പുറപ്പെടുന്നതിന് മുമ്പ് സ്റ്റാന്റിലെ ശുചിമുറിയിൽ പോയി മുഖം കഴുകി പൗഡർ പൂശും. ശേഷം തന്റെ നീളൻ മുടിയിഴകൾ ശ്രദ്ധാപൂർവ്വം ചെവികൾക്ക് മുകളിലേക്ക് ഭംഗിയായി ചീകിവയ്ക്കും. ബസിനെ വലം ചുറ്റി നടത്തുന്ന ചില പ്രാഥമിക പരിശോധനകൾക്ക് ശേഷം യാത്രക്കാർ കയറുന്ന വാതിലിലൂടെ ബസിനുള്ളിലേക്ക് പ്രവേശിക്കും. അയാൾ അകത്തേക്ക് കയറിക്കഴിഞ്ഞാൽ പിന്നെ മുഴുവൻ യാത്രികരുടെയും ശ്രദ്ധ

അയാളിലേക്ക് മാത്രമായി കേന്ദ്രീകരിക്കും. അത് നന്നായി ആസ്വദിച്ച് കൊണ്ട് അയാൾ സാവധാനം ഡ്രൈവർ സീറ്റിലേക്ക് നടന്ന് കയറും. കൈസഞ്ചിയിൽനിന്ന് ഒരു വെള്ളപ്പുതപ്പെടുത്ത് ഇരിപ്പിടത്തിൽ വിരിച്ചിടും. അതിനു മുകളിലായാണ് അയാൾ ഇരിക്കുന്നത്. ഇരുന്നാലുടൻ വലതുവശത്തുള്ള പിൻകണ്ണാടി ക്രമീകരിച്ച് വയ്ക്കും. മദ്ധ്യത്തിലുള്ള കണ്ണാടി തന്റെ നേർക്ക് തിരിച്ച് വച്ച് അതിലേക്ക് വീണ്ടും വീണ്ടും നോക്കി തൃപ്തിവരുത്തും. സ്വയം നോക്കിയിരിക്കാൻ വല്ലാതെ ഇഷ്ടപ്പെടുന്ന ആത്മാനുരാഗിയായ ഒരാൾ എന്ന് ഞാനെന്റെ നോട്ടുപുസ്തകത്തിൽ അന്നെഴുതി വയ്ക്കുകയും ചെയ്തു. കലാശാലാവാർഷികസ്മരണികയിൽ ഒരു കഥ അച്ചടിച്ചുവന്നതിന്റെ ആത്മവിശ്വാസത്തിലും അനുഭവങ്ങളാണ് എഴുത്തുകാരനെ സൃഷ്ടിക്കുന്നതെന്ന് എവിടെയോ വായിച്ചതിന്റെ അടിസ്ഥാനത്തിലും പുതിയ കാഴ്ചകൾ കാണുകയും ചുറ്റുപാടുകളെയാകെ നിരീക്ഷിക്കുകയും ചെയ്യുന്ന കാലമായിരുന്നു അത്.

വാഹന നിയന്ത്രണം എത്രമാത്രം അനായാസകരമായ ഒരു പ്രവൃത്തിയാണ് എന്ന് അയാൾ നിരന്തരം യാത്രക്കാരെ ബോദ്ധ്യപ്പെടുത്തിക്കൊണ്ടിരുന്നു. അനാവശ്യമായി കൈകാലുകൾ അയാൾ ചലിപ്പിച്ചിരുന്നില്ല. അർദ്ധമയക്കത്തിലിരിക്കുന്ന യാത്രികരിൽ ഒരാൾക്ക് പോലും അയാളുടെ ഡ്രൈവിങ്ങിന്റെ കുഴപ്പം കൊണ്ട് തങ്ങളുടെ പകൽ സ്വപ്നങ്ങളിൽ നിന്ന് ഞെട്ടി എഴുന്നേല്ക്കേണ്ടി വന്നിട്ടുമില്ല. വളയത്തിൽ ആർദ്രമായി തഴുകുന്ന അയാളുടെ കൈകളിൽ നോക്കി തീർച്ചയായും അയാളുടെ ഉള്ളിൽ ഒരു കലാകാരനുണ്ടെന്ന് ഞാനെന്റെ കുറിപ്പുപുസ്തകത്തിൽ വീണ്ടുമെഴുതി. കോട്ടയത്തേക്കുള്ള പ്രധാന പാതയിൽനിന്ന് ഇടയ്ക്കൊരിടത്ത് വച്ച് ഉള്ളിലേക്ക് കയറി ചെറിയ ചെറിയ കവലകളെ ബന്ധിപ്പിച്ച് കൊണ്ട് ഗ്രാമതലസ്ഥാനമായ വെഞ്ഞാറമൂട്ടിൽ എത്തിച്ചേരുന്നതായിരുന്നു. വേളാവൂർവഴി. അതുവഴി സഞ്ചാരയോഗ്യമായ ഒരു പാത മുമ്പുണ്ടായിരുന്നതായി പഴമക്കാരുടെപോലും ഓർമ്മയിലില്ല. ഈ വഴിയിൽ യാത്ര ചെയ്താൽ അഞ്ചു കിലോമീറ്ററോളം അധിക ദൂരമുണ്ട് വെഞ്ഞാറമൂട്ടിൽ എത്തിച്ചേരാൻ. ആ വഴിയരികിൽ ഒരിടത്ത് താമസിച്ചിരുന്ന നിയമസഭാപ്രതിനിധി, നഗരത്തിൽ ജോലിയുണ്ടായിരുന്ന ഭാര്യക്ക് പോയിവരാൻ നിർമ്മിച്ച പാതയും വാഹനവുമാണതെന്ന് യാത്രക്കാരിൽ ആരോ പറഞ്ഞ് കേട്ടവിവരം ഞാൻ എന്റെ നോട്ടുപുസ്തകത്തിൽ എഴുതിയിട്ടുണ്ട്. സർക്കാർ പള്ളിക്കൂടം പോലെയുള്ള അത്യാവശ്യസൗകര്യങ്ങൾ പിന്നീട് വരികയും നഗരത്തിൽ നിന്നുള്ള ഒരുപാട് കുടുംബങ്ങൾ ആ വഴിയിലാകെ സ്ഥിരതാമസമാക്കുകയും ചെയ്തു പില്ക്കാലത്ത്.

ചേതോഹരമായൊരു കുന്നിൻ മുകളിൽ രാഷ്ട്രപിതാവിന്റെ നാമധേയം പേറി തലയെടുപ്പോടെ നിന്നിരുന്ന ഒരു കലാലയത്തിലായിരുന്നു അക്കാലത്ത് ഞാൻ പഠിച്ചിരുന്നത്. രാവിലെയും ഉച്ചയ്ക്കു ശേഷവുമായി

പഠന സമയം ക്രമീകരിച്ചിരുന്നതുകൊണ്ടാണ് എനിക്ക് മിക്കവാറും ദിവസങ്ങളിൽ വേളാവൂർ ബസിൽ യാത്ര ചെയ്യാൻ കഴിഞ്ഞിരുന്നത്. കോട്ടയത്തേക്കുള്ള ഏത് ബസിൽ കയറിയും വെഞ്ഞാറമൂട്ടിൽ എത്തിച്ചേരാൻ കഴിയുമായിരുന്നിട്ടും വേളാവൂർവഴി ബസിൽ കയറാൻ വേണ്ടിമാത്രം ഞാൻ ചില ക്ലാസ് ഒഴിവാക്കലുകൾ നടത്തിയിരുന്നു.

ജോസിന്റെ ഛായ ഉണ്ടായിരുന്നതുകൊണ്ടാവണം പേരറിയാത്ത ആരോ ഒരാൾ അയാളെ ജോസണ്ണൻ എന്ന് വിളിച്ച് തുടങ്ങിയത്. പിന്നീടത് അയാളുടെ വിളിപ്പേരായി മാറുകയും ചെയ്തു. ജോസണ്ണന്റെ ഡ്യൂട്ടി ദിവസങ്ങളിൽ ഒരു പ്രത്യേക സന്തോഷം യാത്രക്കാരുടെ മുഖങ്ങളിൽ തെളിഞ്ഞു നില്ക്കും.

വേളാവൂർ വഴി പോകുന്ന വെഞ്ഞാറമൂട് ബസിൽ ഏറിയ പങ്കും സ്ഥിരം യാത്രക്കാരായിരുന്നു. സമയനഷ്ടം ഉണ്ടാവുമെന്നതുകൊണ്ട് കൂടിയാവണം നേരെ വെഞ്ഞാറമൂട്ടിലേക്ക് പോകേണ്ട ആളുകൾ വേളാവൂർ വഴി ഉപേക്ഷിച്ചിരുന്നത്. എന്റെ നോട്ടു പുസ്തകത്തിലെ പല പേജുകളിലായി കുറിച്ചുവച്ച ചിലരെ ഇപ്പോൾ ഞാൻ ഓർത്തെടുക്കുന്നു. കവിയും തബലവാദകനുമായിരുന്ന കലാശാല സുകുമാരൻ എന്ന കണ്ടക്ടറാണ് ഒരാൾ. ടിക്കറ്റ് വിതരണത്തിന് ശേഷം തന്റെ ഇരിപ്പിടത്തിലിരുന്ന് എന്തെല്ലാമോ കുത്തിക്കുറിച്ചുകൊണ്ടിരിക്കുന്ന അയാളുടെ സൃഷ്ടികൾക്ക് എന്നെ ആകർഷിക്കും വിധം നിലവാരമുണ്ടായിരുന്നില്ല. തമ്പാനൂരിലെ ഭക്ഷണശാലയിൽനിന്ന് ചായയും ബസ് സ്റ്റാന്റുകളിൽ മാത്രം കിട്ടുന്ന പ്രത്യേകതരംനിറമുള്ള പഴംപൊരിയും ഇടയ്ക്കൊക്കെ വാങ്ങി തന്നിരുന്നതുകൊണ്ടുതന്നെ ഞാൻ അയാളുടെ വർത്തമാനങ്ങൾക്ക് നേരെ ഒരനിഷ്ടവും പ്രകടിപ്പിച്ചില്ല.

ചാല കമ്പോളത്തിലെ കയറ്റിറക്ക് തൊഴിലാളിയും ഗ്രാമത്തിലെ പൊതുപ്രവർത്തകനുമായിരുന്ന ജോൺസൺ, പാളയത്ത് ചെരുപ്പുകടയിലെ വില്പന സഹായി ആയിരുന്ന സുന്ദരനായ ബഷീർ, അകാരണമായി എല്ലാത്തിനോടും അമർഷം പ്രകടിപ്പിക്കുന്ന പേര് മറന്നുപോയ കുള്ളനായ ഒരാൾ, തടിച്ച ഇംഗ്ലീഷ് പുസ്തകങ്ങൾ കൈകളിൽ എപ്പോഴും കൊണ്ടുനടന്നിരുന്ന റെയിൽവേ ജീവനക്കാരനായിരുന്ന സദാശിവൻ - റെയിൽവേയിലെ നാലാംതരം തൊഴിലാളിയായിരുന്ന അയാൾ ഒരു പുസ്തകവും വായിച്ചിരുന്നില്ലെന്ന യാഥാർത്ഥ്യം പില്ക്കാലത്ത് ഞാൻ മനസ്സിലാക്കിയിരുന്നതിനെക്കുറിച്ചും എന്റെ നോട്ടുപുസ്തകത്തിലുണ്ട്.

ഇക്കൂട്ടത്തിൽ ഞാൻ ഏറെ അടുപ്പം പുലർത്തിയിരുന്ന ഒരാൾ കേന്ദ്ര കുറ്റാന്വേഷണവിഭാഗത്തിൽ പകരം സംവിധാനത്തിൽ ജോലി നോക്കിയിരുന്ന മോഹനചന്ദ്രനായിരുന്നു. സരസനും സഹൃദയനുമായ ഒരു മനുഷ്യനായിരുന്നു അയാൾ. യാത്രക്കാരികൾ താരതമ്യേന കുറവായിരുന്നു ആ വഴിയിൽ. നഗരത്തിലെ പ്രശസ്തമായ തുണിക്കടയിൽ ജോലിക്ക്

പോയിരുന്ന പ്രമീള, ജനറൽ ആശുപത്രിയിലെ നഴ്സ് സുഷമ, സെക്രട്ടേറിയറ്റിൽ ജീവനം ചെയ്തിരുന്ന ഉഷച്ചേച്ചി, പിന്നെ വനിതാകോളേജിൽ പഠിപ്പിച്ചിരുന്ന ചില പെൺകുട്ടികളും. സംശയത്താൽ ഉയർന്ന പുരികങ്ങൾ കൊണ്ട് നിങ്ങളെന്നെ നോക്കുമെന്ന് കരുതിത്തന്നെ ഞാൻ പറയട്ടെ. അവരിൽ പലരുടെയും പേരുകൾ കാലപ്പഴക്കം കൊണ്ട് മഞ്ഞിച്ച് പോയ എന്റെ നോട്ടുപ്പുസ്തകത്തിൽനിന്ന് മനസ്സിലാക്കാനാവാത്തവിധം മാഞ്ഞുപോയിരിക്കുന്നു.

ഓരോ വർഷം കഴിയുമ്പോഴും യാത്രികരുടെ ഇടയിൽ ചില മാറ്റങ്ങൾ ഉണ്ടാകും. പഠനം അവസാനിപ്പിക്കുകയോ, ഉപരിപഠനത്തിനായി മറ്റ് സ്ഥലങ്ങളിലേക്ക് പോവുകയോ ചെയ്യുന്ന വിദ്യാർത്ഥികൾ; അവർക്ക് പകരക്കാരായി പുതിയ ചിലർ കടന്ന് വരികയും ചെയ്യും. എന്നാൽ ഞാൻ നേരത്തെ പരാമർശിച്ചവരെല്ലാംതന്നെ കാലങ്ങളോളം വേളാവൂർ ബസിലെ പതിവ് യാത്രക്കാരായിരുന്നു.

ജോസണ്ണൻ ഇവരോടൊക്കെ നല്ല സൗഹൃദത്തിലായിരുന്നു. സ്ഥിരംയാത്രികർ ഇറങ്ങേണ്ട സ്ഥലങ്ങൾ ജോസണ്ണന് മന:പാഠമായിരുന്നു. മണിശബ്ദം മുഴങ്ങാതെതന്നെ അവിടങ്ങളിലെല്ലാം കൃത്യമായി ബസ് നിർത്തുകയും യാത്രക്കാർ സന്തോഷത്തോടെ ഇറങ്ങി പോവുകയും ചെയ്തു. ഒരിക്കൽപ്പോലും ബസിൽ കയറിയിട്ടില്ലാത്ത ഗ്രാമകവലകളിലെ കാത്തിരിപ്പു കേന്ദ്രങ്ങളിലിരുന്ന് നായും പുലിയും കളിച്ചും നിരുപദ്രവകരമായ അപവാദങ്ങൾ പറഞ്ഞും സമയം തള്ളിയിരുന്ന അവരെ നോക്കി ജോസണ്ണൻ മനോഹരമായി പുഞ്ചിരിച്ചു.

വേളാവൂർ വഴി വെഞ്ഞാറമൂട്ടിലേക്ക് പോകുന്ന ഈ പാതയിൽ പ്രധാനമായും നാലോ അഞ്ചോ കവലകളാണുണ്ടായിരുന്നത്. വേളാവൂർ തന്നെയാണ് പുറംനാട്ടിൽ അറിയപ്പെടുന്ന പ്രദേശം. വേളാവൂരിലെ പുരാതനമായ ദേവീക്ഷേത്രത്തിൽ കുംഭമാസത്തിൽ നടക്കുന്ന തൂക്കമഹോത്സവം ഗ്രാമത്തിന്റെ ദേശീയോത്സവമാണ്. അയൽ ഗ്രാമവാസികളെയും നഗരവാസികളെത്തന്നെയും അവിടേക്ക് ആകർഷിക്കുംവിധം പ്രസിദ്ധവുമായിരുന്നു. ആകാശത്തോളമുയർത്തുന്ന തൂക്കുവില്ലിൽ വ്രതശുദ്ധിയോടെ തൂങ്ങിക്കിടന്ന് കുട്ടികൾ അമ്പലത്തിന് വലംവയ്ക്കുമ്പോൾ ഗ്രാമീണർ ഒരേമനസ്സോടെ ക്ഷേത്രത്തിലെ ദേവിയെ വണങ്ങി.

ഈ വഴിയിൽത്തന്നെയാണ് ചാത്തൻപാട് എന്ന സ്ഥലമുള്ളതും. ഒരുവശത്ത് ഒന്നരകിലോമീറ്ററോളം ഉയർത്തിക്കെട്ടിയ കരിങ്കൽ മതിലിലായിരുന്നു ആ സ്ഥലത്തെ അടയാളപ്പെടുത്തിയിരുന്നത്. അതിനുള്ളിൽ റബ്ബറും ഒട്ടേറെ നാണ്യവിളകളും കൃഷിചെയ്തിരുന്ന ഒരു തോട്ടമുണ്ടായിരുന്നു. നഗരത്തിൽനിന്ന് വരുന്ന കൊച്ചമ്മ എന്ന് നാട്ടുകാർ വിളിച്ചിരുന്ന ഒരു സ്ത്രീയായിരുന്നു ആ തോട്ടത്തിന്റെ ഉടമ. മാസാദ്യ ഞായറാഴ്ച കൊച്ചമ്മ തോട്ടത്തിലെത്തി തൊഴിലാളികൾക്ക് വേതനവും മറ്റും

നല്കി മടങ്ങിയിരുന്നു. ഏതാണ്ട് വിജനമായ ആ വഴിയിലെ മറ്റുഭാഗത്ത് ഇടയ്ക്കിടെ ചില വീടുകൾ ഉണ്ടായിരുന്നു.

വേനല്ക്കാലത്തെ ഇലപൊഴിയുംനാളുകളിൽ ബസിൽ സഞ്ചരിക്കുമ്പോൾ നീണ്ടുകിടക്കുന്ന പാതയുടെ കണ്ണെത്തും ദൂരം വരെ റബ്ബർ ഇലകൾ ഉച്ചവെയിലേറ്റ് സ്വർണ്ണ നിറമണിഞ്ഞ് കിടക്കുന്നുണ്ടാവും. ബസ് ഇരമ്പിയെത്തുമ്പോൾ ഇരുവശങ്ങളിലുമായി ഉയർന്ന് പൊങ്ങുന്ന കരിയിലകളുടെ ഭംഗി മൊബൈൽ ഫോണുകളിലെ ചുവർച്ചിത്രംപോലെ സമ്മോഹനമായ കാഴ്ചയായിരുന്നു. എന്റെ നോട്ടുപുസ്തകത്തിൽ ഞാൻ അടിവരയിട്ട് ഇതെഴുതിയിട്ടുണ്ട്. സന്ധ്യകഴിഞ്ഞാൽ ആളുകൾ ആ വഴി നടക്കാൻ ഭയപ്പെട്ടിരുന്നു. റബ്ബർതോട്ടത്തിനുള്ളിലെ പ്രാചീനമായ കരിങ്കൽ കൊട്ടാരത്തെക്കുറിച്ചുള്ള ചില ദുരൂഹതകൾ സംശയത്തോടെയും പേടിയോടെയും മാത്രം അവിടേക്കു നോക്കാൻ ഗ്രാമീണരെ പ്രേരിപ്പിച്ചു.

ഇരുവശത്തും നെൽവയലുകൾ മാത്രമുള്ള പ്ലാക്കീഴ് എന്ന പ്രദേശവും ആ വഴിയിലായിരുന്നു. ഗ്രാമീണ വായനശാലയും പഞ്ചായത്ത് കളിസ്ഥലവും അവിടെയുണ്ടായിരുന്നു. സായാഹ്നങ്ങളിൽ ബസിൽ സഞ്ചരിക്കുമ്പോൾ നഗ്നപാദരായി കള്ളിമുണ്ടുടുത്തുനിന്ന് ആവേശപൂർവ്വം വോളിബോൾ കളിക്കുന്ന ചെറുപ്പക്കാരെ കാണാമായിരുന്നു. ഇരുവശത്തും പച്ചനിറമാർന്ന് കിടക്കുന്ന നെൽവയലുകൾക്കിടയിലെ നീണ്ടുപോകുന്ന ടാറിട്ട പാത, മനോഹരമായി വരച്ച ഒരു പ്രകൃതിദൃശ്യത്തിൽ കറുത്ത ചായം മുക്കിയ ബ്രഷ്കൊണ്ട് ആരോ കാണിച്ച ഒരു വികൃതിപോലെ തോന്നിപ്പിച്ചു. നെടുവേലി, കൊഞ്ചിറ, മീനാറ തുടങ്ങിയ സ്ഥലങ്ങളും വേളാവൂർ വഴിയിലെ പ്രധാന കവലകളായിരുന്നു.

ഉച്ചയ്ക്ക് തുടങ്ങി അടുത്ത ദിവസം രാവിലെ ഒൻപത് മണിക്ക് തമ്പാനൂരിൽ അവസാനിക്കുന്ന തരത്തിലായിരുന്നു ജോസണ്ണന്റെ തൊഴിൽ സമയം. രാത്രി വിശ്രമിക്കുന്നത് വെഞ്ഞാറമൂട്ടിലെ ചെറിയ സൗകര്യങ്ങൾ മാത്രമുള്ള ബസ് സ്റ്റേഷനിലാണ്. ജോസണ്ണൻ ഡ്യൂട്ടിയില്ലാത്ത ദിവസങ്ങളിൽ പല ഡ്രൈവർമാരും മാറിവന്നുകൊണ്ടിരുന്നു. ജോസണ്ണന്റെ ഡ്യൂട്ടി മാത്രം മാറ്റമില്ലാതെ തുടർന്നു. ജോസണ്ണന്റെ പേര് പോലെതന്നെ ദുരൂഹമായിരുന്നു അയാളുടെ ജന്മദേശത്തെക്കുറിച്ചുള്ള യാത്രികരുടെ അറിവും. കള്ളിക്കാട് എന്ന മലയോരഗ്രാമത്തിലെന്നാണ് ജോൺസൺ എന്നോട് പറഞ്ഞത്. കാഞ്ഞിരംകുളം, തമിഴ്നാടിന്റെ അതിർത്തി പ്രദേശമായ കൊല്ലങ്കോട് തുടങ്ങിയ സ്ഥലങ്ങളെക്കുറിച്ചും മറ്റു ചിലർ പറഞ്ഞു. ജോസണ്ണന്റെ വ്യക്തിപ്രഭാവത്തിൽ സംതൃപ്തരായിരുന്ന യാത്രികരെ സംബന്ധിച്ച് അതത്ര പ്രധാനപ്പെട്ട സംഗതിയായിരുന്നില്ല. മീനാറ ജങ്ഷൻ കഴിഞ്ഞ് വരുന്ന വളവിൽനിന്നാണ് വെഞ്ഞാറമൂട്ടിൽ റേഷൻകട നടത്തുന്ന രാജപ്പൻ നായരുടെ ഭാര്യ സ്ഥിരമായി ഉച്ചയ്ക്ക് ബസിൽ കയറുന്നത്. ബസിന്റെ ഹോൺ ശബ്ദം കേൾക്കുമ്പോൾ മരിച്ചീനി കൃഷിയിടത്തിനിടയിലൂടെ കൈയിൽ തൂക്കിയ വലിയ ചോറ്റുപാത്രവുമായി ഓടി

വരുന്ന ലളിതച്ചേച്ചി ആ യാത്രകളിലെ സ്ഥിരം കാഴ്ചയായിരുന്നു. ലളിതച്ചേച്ചി എത്താൻ അല്പം വൈകിയാൽ അക്ഷമ പ്രകടിപ്പിക്കാതെ ജോസണ്ണൻ അവരുടെ വരവിനായി ബസ് നിറുത്തിയിടും.

പിന്നീടുള്ള ദിവസങ്ങളിൽ ലളിതച്ചേച്ചി വെഞ്ഞാറമൂട്ടിലേക്ക് ഉച്ച ഭക്ഷണവുമായി പോകാതെയായി. പകരം ജോസണ്ണൻ ഭക്ഷണപാത്രം ഏറ്റുവാങ്ങി വെഞ്ഞാറമൂട്ടിൽ രാജപ്പൻ നായർക്ക് എത്തിച്ചുകൊടുത്തു. ഹൃദയം നിറയെ നന്മയുള്ള മനുഷ്യൻ എന്ന് നോട്ടുപുസ്തകത്തിൽ എഴുതണമെന്നോർത്തെങ്കിലും എന്തുകൊണ്ടോ അന്ന് ഞാനങ്ങനെയെഴുതിയില്ല.

പതിവില്ലാത്തവിധം തിരക്കുള്ള ഒരു ബുധനാഴ്ച ദിവസമാണ് ചാത്തൻപാട് റബ്ബർതോട്ടം അവസാനിക്കുന്നയിടത്തുവച്ച് ജോസണ്ണൻ നിയന്ത്രിച്ചിരുന്ന ബസിന്റെ ബ്രേക്ക് നഷ്ടപ്പെടുന്നത്. അവസരത്തിനൊത്തുയർന്ന ജോസണ്ണൻ വഴിയരികിലെ മൺഭിത്തിയിൽ സാഹസികമായി ബസ് ഉരച്ച് നിർത്തിക്കൊണ്ട് മുഴുവൻ യാത്രികരുടെയും രക്ഷകനായി. പിറ്റേ ദിവസമാണ് തമ്പാനൂരിൽനിന്ന് അറ്റകുറ്റപ്പണികൾക്കായി വിദഗ്ദ്ധർ എത്തിയത്. ആ ദിവസം ജോസണ്ണന്റെ ആതിഥേയനാകാൻ ഗ്രാമീണർ തമ്മിൽ മത്സരിച്ചെങ്കിലും എല്ലാവരെയും നിരാശരാക്കിക്കൊണ്ട് ലളിതച്ചേച്ചിയുടെ വീട്ടിൽ പോയി ജോസണ്ണൻ പ്രാഥമികാവശ്യങ്ങൾ നടത്തുകയും ഭക്ഷണം കഴിക്കുകയും ചെയ്തു. പുറംനാട്ടുകാരോട് പൊതുവെ ആരാധന കലർന്ന സ്നേഹമുള്ള ഗ്രാമീണർ അതിൽ അസ്വഭാവികമായി ഒന്നും കണ്ടുമില്ല.

പലതുമെഴുതിയെങ്കിലും ആരും എന്റെ സാഹിത്യസംരംഭങ്ങളെ ഗൗരവത്തിലെടുത്തില്ല. പറമ്പിൽനിന്ന് അമ്മ ശേഖരിച്ചുവയ്ക്കുന്ന പറങ്കിയണ്ടിയും കുരുമുളകും കന്യാകുളങ്ങര ചന്തയിൽ കൊണ്ടുപോയി വിറ്റുകിട്ടുന്ന ചെറിയ തുകയിൽനിന്ന് യാത്രക്കൂലി മാത്രമെടുത്ത് ജോസണ്ണൻ വളയം തിരിക്കുന്ന വേളാവൂർ ബസിൽ കയറി പാളയത്തിറങ്ങുന്ന ഞാൻ പൊതുഗ്രന്ഥശാലയിലെത്തി അവിടെ വരുന്ന സാഹിത്യകുതുകികളോട് നിരർത്ഥകമായ ചില ചർച്ചകൾ നടത്തി വേളാവൂർ ബസിൽ തന്നെ വീട്ടിലേക്കു മടങ്ങി.

ജീവിതാനുഭവങ്ങളിൽനിന്നുമാത്രം ഒരു എഴുത്തുകാരനുണ്ടാവുകയില്ലെന്നും മഹാനഗരങ്ങളിലെ ആകാശഗോപുരങ്ങളിലിരുന്ന് കാണാത്ത ലോകത്തെക്കുറിച്ചും അറിയാത്ത മനുഷ്യരെക്കുറിച്ചും എഴുതിയിട്ടുള്ളതാണ് ലോകത്തിലെ വിഖ്യാത രചനകളെന്നും മനസ്സിലാക്കിയതോടെ എഴുത്തിന്റെ വഴി ഉപേക്ഷിച്ച ഞാൻ, വിശ്വസനീയമായി കള്ളം പറയാൻ വിദഗ്ദ്ധമായി പഠിപ്പിക്കുന്ന നിയമവിദ്യാലയത്തിൽ ചേർന്ന് പഠനം തുടർന്നു. ദിനസരിക്കുറിപ്പുകളുടെ ആധിക്യത്താൽ എന്റെ നോട്ടുപുസ്തകത്തിന്റെ താളുകൾ ഇതിനകം ഏതാണ്ട് തീർന്നുപോയിരുന്നു.

ഞാനെന്റെ ജീവിതത്തിലെ നിർണ്ണായക തീരുമാനമെടുത്ത ആ നാളുകളിലാണ് ഗ്രാമീണരെ വിസ്മയിപ്പിച്ചുകൊണ്ട് ജോസണ്ണൻ രാജപ്പൻ നായരുടെ മകളെ വിവാഹം ചെയ്തത്. പിരപ്പൻകോട് അമ്പലത്തിൽ വച്ച് താലി ചാർത്തി, കവലയിൽ കാറിൽ വന്നിറങ്ങുമ്പോഴാണ് ഗ്രാമവാസികൾ ആ വിവരം അറിഞ്ഞത്. ജോസണ്ണനെപോലെയൊരാളെ ഗ്രാമത്തിന്റെ മരുമകനായി കിട്ടിയതിൽ സന്തോഷിച്ച ഗ്രാമവാസികൾ അതിന് പിന്നിൽ ലളിതച്ചേച്ചി വഹിച്ച പങ്കിനെക്കുറിച്ചും പുകഴ്ത്തി പറഞ്ഞു. ജോസണ്ണൻ ഗ്രാമത്തിൽ പ്രകാശം നിറച്ച് കൊണ്ട് രാജപ്പൻനായരുടെ വീട്ടിൽ താമസിച്ചു. അപ്രതീക്ഷിതമായ് പെയ്ത പേമാരിയിൽ കുത്തിയൊലിച്ചുവന്ന തോട്ടിൽ നിലതെറ്റി വീണുപോയ കുമാരപ്പണിക്കരെ വെള്ളത്തിൽ ചാടി രക്ഷിച്ചുകൊണ്ട് തന്റെ ധീരതയും ഇതിനിടയിൽ പ്രകടിപ്പിക്കുകയുണ്ടായി. വൈകുന്നേരങ്ങളിൽ പ്ലാക്കീഴ് വോളിബോൾ കളിക്കുന്ന ചെറുപ്പക്കാരോടു ചേർന്ന്, ഉയരം കുറഞ്ഞവനെങ്കിലും വിരലുകൾകൊണ്ട് കളിപ്പന്തിനെ അമ്മാനമാടിയിരുന്ന ചക്ക രവീന്ദ്രൻ, ഉയർത്തിയും താഴ്ത്തിയും നീട്ടിയുമൊക്കെ ഇട്ട് കൊടുക്കുന്ന പന്തുകൾക്കുമേൽ കുതിച്ചുയർന്നു മിന്നലടികൾ ഉതിർത്തുകൊണ്ട് അവിടെയും ആരാധകരെ സൃഷ്ടിച്ചു. എന്റെ നോട്ടുപുസ്തകത്തിൽ അവശേഷിച്ച ചെറിയ സ്ഥലത്ത് അവസാനമായി ഞാനിങ്ങനെ എഴുതിയിരുന്നു. ഗ്രാമത്തിന്റെ മുഴുവൻ സ്വപ്നങ്ങളെയും നെഞ്ചിലേറ്റി അവതരിച്ച രക്ഷാപുരുഷൻ.

നരച്ചതും മുഷിപ്പിക്കുന്നതുമായ ഒരു ഞായറാഴ്ച മദ്ധ്യാഹ്നത്തിലാണ് തമ്പാനൂരിൽനിന്ന് കയറിയ ഒരു യുവതിയും രണ്ട് കുട്ടികളും രാജപ്പൻ നായരുടെ വീട്ടിനടുത്തുള്ള കാത്തിരിപ്പ് കേന്ദ്രത്തിന് മുന്നിൽ ബസിറങ്ങിയത്. അന്ന് ജോസണ്ണൻ അവധിദിവസത്തിന്റെ ആലസ്യത്തിലായിരുന്നു. നാട്ടുകാരിലാരോടോ ചോദിച്ച് രാജപ്പൻനായരുടെ വസതിയിലെത്തിയ അവർക്കുമുന്നിൽ കടുത്ത അപരാധം ചെയ്ത ഒരാളെപ്പോലെ ജോസണ്ണൻ വിളറിനിന്നു.

മറ്റേതൊരു ഗ്രാമത്തിലുമെന്നപോലെ വാർത്തകൾ പാറി നടന്നു. ജോസണ്ണന്റെ നാട്, വീട്, കുലം, ജാതി തുടങ്ങിയ പ്രധാനപ്പെട്ട സംഗതികൾക്കൊപ്പം നാലുതവണ പലയിടങ്ങളിൽനിന്ന് വിവാഹിതനായ ഒരാളാണ് അയാൾ എന്ന ഹൃദയഭേദകമായ വിവരവും പ്രചരിച്ചു. ക്രമസമാധാനപാലകരുടെ ആഗമനം, വിലങ്ങണിയിക്കൽ, ഗ്രാമവാസികളുടെ ആക്രോശം അങ്ങനെയൊന്നുമുണ്ടായില്ല. അലമുറയിട്ടു കരഞ്ഞുകൊണ്ട് നിന്ന ആ സ്ത്രീയെയും കുട്ടികളെയുംകൂട്ടി ജോസണ്ണൻ മൂന്ന് മണി ഇരുപത് മിനിറ്റിന് വെഞ്ഞാറമൂട്ടിൽനിന്ന് വേളാവൂർ വഴി തമ്പാനൂരിലേക്ക് പോകുന്ന ബസിൽ കയറിപോയി.

പിന്നീടൊരിക്കലും ജോസണ്ണനെ ഗ്രാമവാസികൾ വേളാവൂർ ബസിന്റെ ഡ്രൈവറുടെ ഇരിപ്പിടത്തിൽ കണ്ടിട്ടില്ല. ജോസണ്ണനില്ലാതെ തന്നെ ബസ് വെഞ്ഞാറമൂട്ടിലേക്കും തമ്പാനൂരിലേക്കുമായി ഊഴംവച്ച്

സഞ്ചരിച്ചുകൊണ്ടിരുന്നു. ബസിന്റെ സമയക്രമം അനുസരിച്ച് തങ്ങളുടെ ദിനചര്യകൾ ചിട്ടപ്പെടുത്തുന്ന പതിവ് ആ വഴിയരികിലെ താമസക്കാർ തുടരുകയും ചെയ്തു.

അത്ര ചെറുതല്ലാത്ത ഒരിടവേളയ്ക്കുശേഷം, മുന്നൊരുക്കങ്ങളില്ലാതെ ചെയ്യേണ്ടിവന്ന ഒരു യാത്രയിൽ, കനത്ത നിശ്ശബ്ദതയേയും കൊടിയ ഇരുളിനേയും ഭേദിച്ചുകൊണ്ട് ചുരം കയറിയെത്തിയ അതിവേഗ ബസിന്റെ ഡ്രൈവർ സീറ്റിൽനിന്ന് അലസമായി ഇറങ്ങി വന്നയാൾക്ക് ജോസണ്ണന്റെ ഛായയുണ്ടായിരുന്നു. തീർച്ചയായും അതു ജോസണ്ണൻ തന്നെയായിരുന്നു.

പരികർമ്മി

സുഖകരമായ ഒരു പല്ല് വേദനയുടെ ആലസ്യത്തിൽ, അത്രയൊന്നും വിശാലമല്ലാത്ത പുരയിടത്തിന്റെ അതിരിനോട് ചേർന്ന്, വാർദ്ധക്യത്തിന്റെ മുഴുവൻ ദൈന്യതയും പ്രകടിപ്പിച്ച് നില്ക്കുന്ന പുളിഞ്ചുവട്ടിൽ, ഇഹലോക ജീവിതം അവസാനിപ്പിച്ച് അച്ഛൻ മടങ്ങിപ്പോയപ്പോൾ ഭൂമിയിൽ ഉപേക്ഷിച്ച് പോയ ഏകജംഗമ വസ്തുവായ, നിറംമങ്ങി, ശീല പലയിടത്തും ദ്രവിച്ച് പോയ ചാരുകസേരയിൽ അർദ്ധമയക്കത്തിലായിരുന്നു ഞാനന്നേരം. അതൃപ്തിയോടെ ചെയ്യുന്ന ഒരു ജോലിയിലേർപ്പെട്ടിരിക്കുന്ന ജീവനക്കാരുള്ള സർക്കാരാപ്പീസിലെ അവസാന മണിക്കൂർ പോലെ, സൂര്യൻ തീരെ താല്പര്യമില്ലാതെ ജ്വലിച്ചു നിന്നിരുന്നു. മാങ്കോസ്റ്റീൻ മരവും ഗ്രാമഫോൺ പെട്ടിയുമില്ലാത്തതിനാൽ, കപ്പലിൽ ജോലി ചെയ്യുന്ന അളിയൻ കഴിഞ്ഞ അവധിക്ക് വന്നപ്പോൾ തന്നിട്ട് പോയ പഴയ നാഷണൽ ടേപ്പ്റിക്കോർഡിൽ മുഹമ്മദ്റഫിയുടെ അർത്ഥം മനസ്സിലാകാത്ത ഒരു ഹിന്ദിപാട്ട് ആസ്വദിച്ച് കിടക്കുകയായിരുന്നു ഞാനെന്ന് പറയുന്നതാവും പൂർണ്ണ സത്യം. റഫിയുടെ സാർവ്വലൗകിക സ്വരമാധുരിയുടെ മാസ്മരികതയെക്കുറിച്ചൊന്നും യാതൊരു പിടിപാടുമില്ലാതെ അമ്മ, ആ മധുരാലാപനത്തിന്റെ ഒഴുക്കിനെ നിർദ്ദയം തടസ്സപ്പെടുത്തിക്കൊണ്ട് വരാന്തയിൽനിന്ന് മുറ്റത്തിറങ്ങിനിന്നുകൊണ്ട് പറഞ്ഞു.

“എടാ കട്ടയ്ക്കാലീന്ന് മാമൻ വന്നിരുന്നു. വൈയ്യൂട്ട് പുലന്തറയിലെങ്ങാണ്ട് ഒരു കർമ്മത്തിന് പോണെന്ന്, നിന്റൂടെ കൂടി ചെല്ലാമ്പറഞ്ഞു.”

ടേപ്പ് റിക്കാർഡിൽ ശക്തിയായി വിരലമർത്തിക്കൊണ്ട് ഞാൻ ചാടിയെഴുന്നേറ്റു അമ്മാവന്റെ കൂടെ പരികർമ്മിയായി പോവുകയെന്നത് സന്തോഷമുള്ള കാര്യമാണ്. കർമ്മം നടത്തുന്ന വീടുകളിൽനിന്ന് ദക്ഷിണയായി ലഭിക്കുന്ന ചെറിയ തുകയും സമൃദ്ധമായ ഭക്ഷണവുമാണ്

അമ്മാവന്റെ അനുചാരകനാവുന്നതിനുള്ള എന്റെ പ്രധാന പ്രലോഭനങ്ങൾ.

അമ്മാവൻ എന്ന് അമ്മ പറഞ്ഞുവെങ്കിലും അമ്മയുടെ സഹോദരനല്ല, അമ്മയുടെ അപ്പച്ചിയുടെ ഭർത്താവാണ്. അമ്മയെ അനുകരിച്ച് ഞാനും അമ്മാവനെന്ന് വിളിക്കുന്നുവെന്നേയുള്ളൂ. മന്ത്രവാദി അങ്ങൂന്ന് എന്നാണ് നാട്ടിലെ വിളിപ്പേര്.

"അമ്മാ... എനിക്ക് ശകലം തേയിലവെള്ളം ഇട്ട് തരീ.... ഞാനതും കുടിച്ചോണ്ട് പൂവാം."

"തേയിലവെള്ളം അനത്താൻ പഞ്ചാര ഇരിപ്പൂല. നീ കാവ്യാട് തോട്ടിൽ പോയി പൊറം കഴുകി, നബീസാരവിടുന്ന് ഇത്തിപ്പൂലം പഞ്ചാരേം വാങ്ങിച്ചോണ്ട് വെക്കം വാ...."

ഉറങ്ങാനും തിന്നാനും വേണ്ടിമാത്രം ജീവിക്കുന്ന അമ്മയുടെ വളർത്ത് പൂച്ച. സംഭാഷണം കേട്ട മാത്രയിൽ വരാന്തയിലെ കൈവരിയിൽ നിന്ന് ഞെട്ടിയെഴുന്നേറ്റ് അടുക്കള ഭാഗത്തേക്ക് നോക്കി ചില സൂചനാ ശബ്ദങ്ങൾ പുറപ്പെടുവിച്ചു. അമ്മയുടെ വേറെ ചില ഡൊമസ്റ്റിക് അനിമൽസുകൾ അവിടെയുമിവിടെയുമായി പലതരം പ്രവൃത്തികളിൽ വ്യാപൃതരായി നടന്നു. കുറച്ച് കോഴികൾ, അയൽ വീടുകളിലെല്ലായിടത്തെയും കാവല്ക്കാരനായി സ്വയം നടിക്കുന്ന ഒരു വയസ്സൻ പട്ടി, വരാന്തയിലെ കൂട്ടിൽക്കിടന്ന് സദാസമയവും വായിട്ടലയ്ക്കുന്ന ഒരു സുന്ദരി തത്ത. ഇവരൊക്കെയാണ് വേലികെട്ടിത്തിരിച്ച് അമ്മ സംരക്ഷിക്കുന്ന ഭൂമിയുടെ അവകാശികൾ. ഞാൻ ഓടി കാവ്യാട് തോട്ടിൽ പോയി കണ്ണുനീർ സമാനമായ ജലത്തിൽ മുങ്ങിക്കുളിച്ചെന്ന് വരുത്തി, നബീസാ ഉമ്മയുടെ വീട്ടിൽ ചെന്നു. പഞ്ചസാരക്കുപ്പി നീട്ടിയപ്പോൾതന്നെ ചിരപരിചയംകൊണ്ട് ഉമ്മ അടുക്കളയിൽ പോയി. കുപ്പിയിൽ കാൽഭാഗം പഞ്ചസാര നിറച്ച് തന്നിട്ട്... "അപ്പീ ഉച്ചയ്ക്ക് വല്ലോം കുടിച്ചാ.... കിഴങ്ങ് അവിച്ചത് രണ്ട് കഷണം തരട്ടാ..." എന്ന് വാത്സല്യത്തോടെ ചോദിക്കുകയും ചെയ്തു. "വേണ്ടുമ്മാ... കട്ടയ്ക്കാലിലെ മാമന്റെ കൂടെ ഒരു ഒഴിപ്പിക്കലിന് പോണം" എന്ന് മറുപടി പറഞ്ഞുകൊണ്ട് ഞാൻ വേലിചാടി കടന്നു. വറ്റൽ മുളക്, പഞ്ചസാര, തേയില തുടങ്ങി കറിവേപ്പില വരെ കൊടുക്കൽ വാങ്ങലുകളുണ്ടായിരുന്നു അമ്മയും നബീസ ഉമ്മയും തമ്മിൽ. കട്ടൻ ചായ കുടിച്ചപ്പോൾ കിട്ടിയ ഉന്മേഷത്തിൽ മുറിയിൽ കയറി, ഉള്ളതിൽ വൃത്തിയുള്ള ഷർട്ടും ഒറ്റമുണ്ടും ധരിച്ച് അമ്മാവന്റെ വീട്ടിലേക്ക് നടക്കുമ്പോൾ പിറകിൽ അമ്മയുടെ ഉപദേശം ഉയർന്ന് കേട്ടു.

"മാമന്റെ കൂടെ പോണതൊക്കെ കൊള്ളാം. അവിടെ ചെന്നിരുന്ന് ഒറക്കം തൂങ്ങാതെ എല്ലാം കണ്ടും കേട്ടും പഠിച്ചോണം."

അമ്മാവൻ ഏർപ്പെട്ടിരിക്കുന്ന തൊഴിൽകൊണ്ട് ഒരു വിഷവൈദ്യനായിരുന്നു. നാട്ടിലൊക്കെ നടന്ന് പച്ചമരുന്നുകൾ ശേഖരിച്ച്, മരുന്നുകളുണ്ടാക്കി ചികിത്സ നടത്തി വന്നിരുന്നു. കൂടാതെ മന്ത്രവാദവും. പ്രേത സിനിമകളിലും ടെലിവിഷൻ പരമ്പരകളിലുമൊക്കെ കാണുന്ന മന്ത്രവാദ

മൊന്നുമല്ല. കുട്ടികളില്ലാതെ ദീർഘകാലമായി വിഷമിക്കുന്ന ദമ്പതികൾ, വിദേശത്ത്പോയി മടങ്ങിവരാത്ത ഗൃഹനാഥന്മാരുടെ വീടുകളിലെ ആശ്രിതർ, മാറാരോഗങ്ങൾ അലട്ടുന്ന കുഞ്ഞുങ്ങളുടെ മാതാപിതാക്കൾ. ഇത്ത രക്കാരാണ് അമ്മാവന്റെ മന്ത്രവാദ സഹായത്തിന്റെ ഗുണ ഭോക്താക്കൾ.

അമ്മാവന്റെ ഇടതുകൈയ്ക്ക് സ്വാധീനക്കുറവുണ്ട്. പരിധിക്കപ്പുറം ഉയർത്താൻ കഴിയില്ല. നാട്ടിലെ വിവരാന്വേഷകർ പ്രചരിപ്പിക്കുന്നതനു സരിച്ചാണെങ്കിൽ, മുൻകാലങ്ങളിൽ നടത്തിയ മന്ത്രവാദങ്ങളുടെ തിക്ത ഫലമാണ് അതിന് കാരണം. ആർക്കെങ്കിലും ഉപദ്രവം ചെയ്യുന്ന ഒരാളാണ് അമ്മാവനെന്ന് എന്തായാലും എനിക്കഭിപ്രായമില്ല.

പറങ്കിമാവുകൾക്കിടയിലൂടെയുള്ള എളുപ്പവഴിയിലൂടെ അമ്മാവന്റെ വീട്ടിലേക്ക് നടന്ന എനിക്കഭിമുഖമായി അമ്മാവന്റെ ഏക മകൻ ഗിരീശൻ ചേട്ടൻ വരുന്നുണ്ടായിരുന്നു. ശാസ്ത്രസാഹിത്യപരിഷത്തിന്റെയും യു കലാനാഥൻ നയിക്കുന്ന യുക്തിവാദിസംഘത്തിന്റെയും സജീവപ്രവർത്ത കനായിരിക്കുമ്പോൾതന്നെ, ഇടമറുകിന്റെ യുക്തിവാദത്തെ എതിർത്തു വന്നിരുന്ന ഗിരീശൻ ചേട്ടന്റെ നിലപാടുകൾ പലപ്പോഴും എനിക്ക് മനസ്സി ലായില്ല. “ഇന്ന് അച്ഛന് ജോലിയുണ്ടല്ലേടെ?”

“അമ്മാവാ എന്റെ മന്ത്രവാദ ഏർപ്പാടുകൾ ഗിരീശൻ ചേട്ടൻ വെറു മൊരു തൊഴിൽ മാത്രമായാണ് കണ്ടിരുന്നത്.” എന്റെ മറുപടിക്ക് കാത്തു നില്ക്കാതെ ഗിരീശൻ ചേട്ടൻ ഗ്രാമോദ്ധാരണ ഗ്രന്ഥശാലയിലേക്ക് ധൃതി യിൽ നടന്ന് പോയി. കഞ്ഞിമുക്കി, ഇസ്തിരിയിട്ട ഗിരീശൻ ചേട്ടന്റെ അര കൈയൻ ഷർട്ടിന്റെ ഭംഗിയിൽ മതിമറന്ന് ഞാൻ ഒരു നിമിഷം അവിടെ ത്തന്നെ നിന്നു. കലർപ്പില്ലാതെ പറഞ്ഞാൽ ഗിരീശൻ ചേട്ടന്റെ വഴി കളിലൂടെ നടക്കാനായിരുന്നു എനിക്കുമിഷ്ടം.

വെള്ളമുണ്ടും കസവ് നേര്യതും അണിഞ്ഞ് അമ്മാവൻ യാത്രയ്ക്ക് തയ്യാറായി നില്ക്കുകയായിരുന്നു. സുഖാന്വേഷണം, കുശലം പറച്ചിൽ തുടങ്ങിയ ഏർപ്പാടുകളിലൊന്നും അമ്മാവൻ തീരെ താല്പര്യം കാണി ച്ചിരുന്നില്ല. യൗവനത്തിലേക്ക് ചാടിക്കയറാൻ വെമ്പൽ കൊള്ളുന്ന എന്റെ മനസ്സ് വായിക്കാനോ അത്തരം പരിഗണനകൾ നല്കാനോ അമ്മാവൻ മുതിരുന്നില്ല എന്ന പരാതി എനിക്കുമുണ്ടായിരുന്നു.

അമ്മാവൻ എനിക്ക് കൈമാറിയ സഞ്ചിയിൽ മന്ത്രവാദത്തിനുള്ള പ്രോപ്പർട്ടീസ് ആയിരുന്നു. അമ്മാവൻ നടന്ന് തുടങ്ങുമ്പോൾ കൃത്യമായ അകലം പാലിച്ച് പിറകേ നടന്നാൽ മതി. ഉത്തരം കിട്ടാനുള്ള സാദ്ധ്യത വിരളമായതുകൊണ്ടുതന്നെ, ചോദ്യങ്ങൾക്കുള്ള സ്കോപ്പും കുറവായി രുന്നു.

കവലയിൽനിന്ന് സമാന്തര വാഹനത്തിൽ കയറി, പോത്തൻകോട് ജങ്ഷനിൽ ഇറങ്ങി പൂലന്തറ ഭാഗത്തേക്ക് അമ്മാവൻ നടന്നു. വാടകയ് ക്കെടുക്കുന്ന സൈക്കിളിൽ, പൂലന്തറയ്ക്കടുത്തുള്ള പാറമുകളിൽ കയറി നിന്ന് കടൽ കാണാൻ പോയിട്ടുള്ളതുകൊണ്ട് ആ വഴിയൊക്കെ എനിക്ക്

പരിചിതമായിരുന്നു. പാറമുകളിലേക്കുള്ള യാത്രയിലെ എന്റെ സ്ഥിരം സഹയാത്രികൻ രവി എന്നോട് മിക്കപ്പോഴും ചോദിക്കുന്ന ഒരു ചോദ്യം ഞാൻ ഓർത്തെടുത്തു. "എന്തരിനളിയാ ഇത്ര മെനക്കെട്ട് പാറമേളിൽ വലിഞ്ഞ് കേറി വരപോലെ കടല് കാണണത്? ആ നേരം കൊണ്ട് പെരുമാതുറ കടലിപ്പോയി വിശാലമായി കുളിച്ചിറ്റ് വന്നൂടെ?" ആ ഓർമ്മയിൽ ഞാൻ ശബ്ദമില്ലാതെ ചിരിച്ചു.

സന്ധ്യയും രാത്രിയും തമ്മിൽ തൊഴിൽ സമയ കൈമാറ്റം നടക്കുകയായിരുന്നു. സമീപപ്രദേശങ്ങളിലെവിടെയോ മഴ പെയ്യുന്നതിന്റെ സൂചനയായി തണുത്ത കാറ്റ് വീശി. വാമനപുരം നദി ലക്ഷ്യമാക്കി ഒഴുകുന്ന കൈത്തോടിന്റെ വരമ്പിലൂടെയുള്ള വഴിയരികിലൊരിടത്ത് അമ്മാവൻ നടത്തം നിർത്തി. കള്ള് ഷാപ്പിന്റെ വെളുത്ത ബോർഡ് തൂങ്ങുന്ന ഒരു തെങ്ങ് കണ്ടപ്പോൾ അമ്മാവന്റെ ഉദ്ദേശം മനസ്സിലാക്കിയ ഞാൻ കൈത്തോടിന് കുറുകെയുള്ള പാലത്തിന്റെ കലുങ്കിൽ ചാരി നിന്നു.

കഥാകാരന്മാർ ഗ്രാമചിത്രീകരണം നടത്തുമ്പോൾ ഒഴിവാക്കാത്ത കഥാപാത്രങ്ങളിൽ ചിലരെല്ലാം കള്ള്ഷാപ്പിന്റെയും കലുങ്കിന്റെയും പരിസരത്തുണ്ടായിരുന്നു. സഞ്ചരിക്കുന്ന വിജ്ഞാനകോശമായ ബാർബർ, ഡയറി കക്ഷത്ത് വച്ച് നടക്കുന്ന പ്രാദേശിക രാഷ്ട്രീയക്കാരൻ, നീളൻ ജുബ്ബ തെറുത്ത് കയറ്റി വച്ച്, മുണ്ട് കേറ്റിക്കുത്തി മീശ പിരിച്ച് നില്ക്കുന്ന കവലച്ചട്ടമ്പി, നന്മയുള്ള കള്ളൻ തുടങ്ങിയവർ. അവരിൽ നിന്നുയരുന്ന ഏമ്പക്കങ്ങളിൽ, പഴകിയ കള്ളിന്റെയും പുഴുങ്ങിയ മുട്ടയുടെയും നാടൻ ബീഡിയുടെയും മിശ്രഗന്ധം കലർന്ന് നിന്നു.

അവിടെ നിന്ന് നോക്കിയാൽ കാണാവുന്ന ദൂരത്തിലുള്ള പൊട്ടക്കുളത്തിൽ തലേരാത്രി ഒരു പെൺകുട്ടിയുടെ ശവം കണ്ടതിനെക്കുറിച്ചുള്ള ചർച്ചയിലായിരുന്നു അവർ. ഒന്നിച്ച് ഒരു വാഹനത്തിൽ ന്യൂസ്റൂമിനുള്ളിലെത്തി. പരസ്പരം പുലഭ്യം പറഞ്ഞതിനുശേഷം, സൗഹൃദപൂർവ്വം ഒന്നിച്ച് മടങ്ങുന്ന രാത്രികാലചർച്ചക്കാരെ ഓർമ്മിപ്പിക്കുന്ന ആ തർക്കങ്ങളിൽ, ഓരോരുത്തരും അവരുടെ ഭാവനയ്ക്കനുസരിച്ചുള്ള സംഭാവനകൾ നല്കി വീര്യമേറ്റിക്കൊണ്ടിരുന്നു.

കാർഷികാവശ്യങ്ങൾക്കുവേണ്ടി നിർമ്മിച്ചിരിക്കുന്ന ആ കുളം ഇടയ്ക്കിടെ ഉണ്ടാകുന്ന ദുരൂഹമരണങ്ങൾകൊണ്ട് കുപ്രസിദ്ധമാണ്. കള്ള് ഷാപ്പിൽനിന്നിറങ്ങിവന്ന അമ്മാവന്റെ ശരീരഭാഷയിൽ നേരിയ വ്യതിയാനം പോലുമില്ലായിരുന്നു. പാലത്തിനു മുകളിലൂടെ അപ്പുറമെത്തി, റബ്ബർ മരങ്ങൾക്കിടയിലുള്ള വീതി കുറഞ്ഞ വഴിയിലൂടെ അമ്മാവൻ നടന്നു. ഗൾഫ് മലയാളികൾ പണിയുന്ന തരത്തിലുള്ള ഒരു പെട്ടി വീട്ടിലെത്തി ആ യാത്ര അവസാനിച്ചു. ചുവരുകൾ സിമന്റ് തേയ്ക്കാത്ത ആ വീടിന് ചുറ്റും ഇരുട്ട് കട്ട പിടിച്ച് കിടന്നു.

വരാന്തയിലെ പഴയ മരബെഞ്ചിൽ ഒരു വൃദ്ധൻ അപരിചിതരുടെ ആഗമനമൊന്നും ശ്രദ്ധിക്കാതെ ചാരി ഇരിക്കുന്നുണ്ടായിരുന്നു. കണ്ണ് കണ്ടൂടാത്ത ആളാണ്. അകത്ത് നിന്നിറങ്ങിവന്ന പ്രായമുള്ള സ്ത്രീ

പറഞ്ഞു.

കർമ്മം ചെയ്യാനായി ഒരുക്കിയിട്ടിരുന്ന ചെറിയ മുറിയിൽ അമ്മാവനോടൊപ്പം പ്രവേശിച്ചു. പ്രാരംഭ ചടങ്ങ് എന്ന നിലയിൽ അവൽ, ശർക്കര, പഴം, തേങ്ങ എന്നിവ ഒരു വാഴയിലയിൽവച്ച് നിലവിളക്ക് കൊളുത്തിവച്ചു. ചെറിയ രീതിയിലൊരു ഹോമകുണ്ഠം. കൊതുമ്പ് മുറിച്ചുണ്ടാക്കുന്ന കുറച്ച് തീപ്പന്തങ്ങൾ, വെള്ളമുണ്ട് ചെറുതായി മുറിച്ചെടുത്ത് ചുരുട്ടിയെടുക്കുന്ന വിളക്ക് തിരികൾ ഇവയൊക്കെ തയ്യാറാക്കി. ചെമ്പരത്തി, അരുത, തെറ്റി, തുളസി തുടങ്ങിയ പൂക്കൾ തരം തിരിച്ചു വച്ചു. അങ്ങനെ മന്ത്രവാദത്തിന് വേണ്ടിയുള്ള അന്തരീക്ഷം ഒരുക്കിയെടുക്കുന്നതിൽ ഞാൻ നിരതനായി. മുസ്ലീം സമുദായത്തിൽപ്പെട്ടവർ താമസിക്കുന്ന ഒരു വീടാണതെന്ന കാര്യവും ഇതിനകം ഞാൻ മനസ്സിലാക്കി. അടുക്കളയിലെ വിറകടുപ്പിൽ തിളയ്ക്കുന്ന ആട്ടിറച്ചിക്കറിയുടെ ഹൃദ്യഗന്ധം അടച്ചിട്ട വാതിലും ഭേദിച്ചു അകത്തെത്തിയതോടൊപ്പം, എന്റെ വിശപ്പ് നിലവിട്ടുയരാനും തുടങ്ങി.

ശബ്ദമുയർത്തി എന്നോടൊന്നും പറയുന്ന പതിവ് അമ്മാവനില്ല. മുരടനക്കങ്ങളിലും മൂളലുകളിലുമുണ്ടാകുന്ന ശബ്ദവ്യതിയാനങ്ങളിൽ നിന്ന് അമ്മാവന്റെ ആവശ്യത്തെക്കുറിച്ച് കൃത്യമായ ധാരണ എനിക്കുണ്ടാവുകയും ഞാനത് പാലിക്കുകയും ചെയ്തു.

വീട്ടിലെ മുതിർന്ന സ്ത്രീയുമായി അമ്മാവൻ നടത്തിയ ആമുഖ സംഭാഷണങ്ങളിൽനിന്ന്, രോഗബാധിതയായ ചെറിയ പെൺകുട്ടി അവരുടെ മകളുടെ കുട്ടിയാണെന്നും വരാന്തയിൽ കണ്ട കാഴ്ചയില്ലാത്ത വൃദ്ധൻ അവരുടെ ഭർത്താവാണെന്നും മനസ്സിലായി.

മന്ത്രവാദത്തിന്റെ പ്രധാന ചടങ്ങിലേക്ക് അമ്മാവൻ കടന്നു. കുഴച്ചെടുത്ത കടലമാവ് കൊണ്ട് ഒരു കുട്ടിയുടെ രൂപമുണ്ടാക്കി ഇലയിൽ വച്ചു. ഒരു ശില്പിയുടെ കരവിരുതോടെ കൺമഷി കൊണ്ട് കണ്ണുകളും ചുവന്ന ചായമുപയോഗിച്ച് ചുണ്ടും വരച്ച് ചേർത്തു. കാലുകളിൽ തള, കൈകളിൽ വളകൾ എന്നിവ കൂടിയായപ്പോൾ നിഷ്കളങ്കഭാവമുള്ള ഒരു കുട്ടി എന്നെ നോക്കി ചിരിക്കുന്നതുപോലെ തോന്നി. രോഗബാധിതയായ കുട്ടി ഇതിനകം അമ്മയുടെ മടിയിൽ കിടന്ന് ഉറങ്ങിപ്പോയിരുന്നു.

ഇനി തിരക്ക് പിടിച്ച നിമിഷങ്ങളാണ്. ചിലപ്പോൾ വല്ലാതെ ശബ്ദം താഴ്ത്തിയും മറ്റ് ചിലപ്പോൾ ഭയമുളവാക്കുന്ന രീതിയിൽ ഉയർത്തിയും അമ്മാവൻ മന്ത്രങ്ങൾ ഉരുവിടാൻ തുടങ്ങി. അമ്മാവൻ നീട്ടുന്ന കൈയിലേക്ക് എള്ളും പൂക്കളും പന്തവുമൊക്കെ ഞാൻ ഇടതടവില്ലാതെ കൈമാറിക്കൊണ്ടിരുന്നു. ദാഹവും വിശപ്പും എന്നെ തളർത്തിയിരുന്നു. പല ഘട്ടങ്ങളിലൂടെ നീളുന്ന മന്ത്രവാദത്തോടൊപ്പം രാത്രിയും വല്ലാതെ വളരുന്നുണ്ടായിരുന്നു. ചുവരിൽ തൂക്കിയിട്ടിരുന്ന ഘടികാരം മുമ്പെപ്പോഴൊ നിലച്ചിരുന്നത് കാരണം സമയത്തെക്കുറിച്ച് കൃത്യമായ ഒരു ധാരണയുണ്ടാക്കാനുമായില്ല. എന്തായാലും നടുയാമം പിന്നിട്ടുവെന്ന കാര്യത്തിൽ സംശയമില്ല.

മന്ത്രവാദത്തിന്റെ അവസാന ചടങ്ങുകളിലേക്ക് അമ്മാവൻ കടന്നു. ആവാഹനം ചെയ്ത് സമർപ്പിച്ച എള്ളും പൂക്കളും ഏറ്റുവാങ്ങി കിടന്ന പിണ്ഡത്തെ, അമ്മാവൻ മടിക്കുത്തിൽ സൂക്ഷിച്ചിരുന്ന വെള്ളികെട്ടിയ നീളൻ പേനാക്കത്തി നിവർത്തിയെടുത്ത് നെടുകെ പിളർന്നു. മഷിയും കുങ്കുമവും പടർന്ന വികൃതമായ ആ മുഖം അപ്പോഴേക്കും ഭയാനക രൂപമായി കഴിഞ്ഞിരുന്നു. അന്നേരമാണ് എന്നെ സ്തബ്ദ്ധനാക്കിക്കൊണ്ട് അമ്മാവന്റെ ആജ്ഞ വന്നത്. "എടേ ഈ പിണ്ഡം ചുരുട്ടിയെടുത്ത് താഴെ കണ്ട പാലത്തിന്റെവിടുത്തെ തോട്ടിൽ കൊണ്ടുപോയി ഒഴുക്കിയിട്ട് തിരിഞ്ഞു നോക്കാതെ വാ..." കാഴ്ചയില്ലാത്ത വൃദ്ധനല്ലാതെ ആ വീട്ടിൽ എന്നോടൊപ്പം വരാൻ ആരുമില്ലെന്ന തിരിച്ചറിവിൽ ഞാൻ നടുങ്ങി നിന്നു. മന്ത്രവാദിയമ്മാവന്റെ അഭിമാനം സംരക്ഷിക്കേണ്ട ഒരു പരികർമ്മിയുടെ കൃത്രിമവേഷം എടുത്തണിയേണ്ടി വന്ന സന്ദർഭമാണിതെന്ന് മനസ്സിലാക്കിയ ഞാൻ പിണ്ഡവുമായി തോട്ടിലേക്ക് പുറപ്പെട്ടു.

മാധവമാസത്തിലെ അവസാന രാത്രികളിലൊന്നായിരുന്നു അത്. പരന്നൊഴുകുന്ന പാൽനിലാവ് എന്നൊക്കെ പുസ്തകത്തിൽ വായിക്കുമ്പോഴുണ്ടാകുന്ന സന്തോഷമൊന്നും അനുഭവത്തിൽ വരുമ്പോൾ അങ്ങനയല്ലെന്ന് ബോദ്ധ്യമായ രാത്രികൂടിയായിരുന്നു അത്. ഇരുട്ടായിരുന്നു ഈയവസ്ഥയിൽ അഭികാമ്യം.

പിണ്ഡം ഒഴുക്കേണ്ട തോടിനടുത്തുള്ള കുളത്തിലാണ് കഴിഞ്ഞ രാത്രി പെൺകുട്ടിയുടെ ശവം കണ്ടതെന്ന വിചാരത്തിൽ, തലയിലിരിക്കുന്ന നെടുകെ പിളർന്ന പിണ്ഡം ഉള്ളിലുണ്ടായിരുന്ന നേരിയ ആത്മ ധൈര്യവും കെടുത്തി.

കാവ്യാട് തോട്ടിൽ കുളിക്കുമ്പോൾ കാലിൽ കടിച്ച് തൂങ്ങാറുള്ള കുളയട്ടയെപ്പോലെ ഭീതി, എന്റെ രക്തം കുടിച്ച് പെരുകാൻ തുടങ്ങി മനസ്സിൽ പലവിധ ചിന്തകളുടെ തിരയിളകി.

ഗ്രന്ഥാലയത്തിൽ നിന്നെടുത്തു വായിച്ചിട്ടുള്ള പ്രേതനോവലുകളിൽ നിന്ന് കരിമ്പന, പാലപ്പൂവ്, വെളുത്തസാരി, ഇരുമ്പാണി, ചുണ്ണാമ്പ്, കടവാതിൽ തുടങ്ങിയവയൊക്കെ ആദ്യമൊറ്റയ്ക്കും പിന്നെ കൂട്ടത്തോടെയും ഇറങ്ങി വരാൻ തുടങ്ങി. പ്രേത പിശാചുക്കളുടെ ആഗോളതലവനായ ബ്രാം സ്റ്റോക്കറുടെ നായകത്വത്തിൽ, പ്രാദേശിക പ്രതിനിധികളായ ഏറ്റുമാനൂർ ശിവകുമാർ, ബാറ്റൺബോസ് തുടങ്ങി സദാനേരവും തൊപ്പിയണിഞ്ഞ് നടക്കുന്ന കോട്ടയം പുഷ്പനാഥ് വരെ ഊഴമനുസരിച്ച് എന്നെ ഭയപ്പെടുത്തിക്കൊണ്ടിരുന്നു. പ്രേതം സത്യമോ മിഥ്യയോ? എന്ന പുസ്തകത്തെ കൂട്ടുപിടിച്ച് ഗിരീശൻ ചേട്ടന്റെ യുക്തിവാദിസംഘം പ്രതിരോധത്തിന് ശ്രമിച്ചെങ്കിലും പ്രബലന്മാരായ എതിർ സംഘത്തോട് തോല്‌വി സമ്മതിച്ച് പിൻമാറി. പേടി വരുമ്പോൾ ഉറക്കെ പാടിയാൽ മതിയെന്ന ഉപായം അമ്മ പറഞ്ഞ് തന്നിരുന്നതിന്റെ ഓർമ്മയിൽ ഞാൻ ബലികുടീരങ്ങളേ..... എന്ന എന്റെ ഇഷ്ടഗാനം പാടാൻ ശ്രമിച്ചു. കെ എസ് ജോർജ്ജിന്റെയും സംഘഗായകരുടെയും ത്രസിപ്പിക്കുന്ന

ആലാപനത്തിന് മുകളിലായ് നിഴലായ് ഒഴുകിവരും ഞാൻ എന്ന ഗാനവുമായി എസ് ജാനകി വീശിയടിച്ചു.

മനസ്സിനുള്ളിൽ ഈ സംഘർഷമൊക്കെ അരങ്ങേറുമ്പോൾ, അടുത്ത പ്രഭാതത്തിൽ സംഭവിച്ചേക്കാവുന്ന മറ്റൊരു ദൃശ്യത്തിന്റെ ചിന്തയിൽ ഞാൻ ഹതാശനായി. ഗ്രാമോദ്ധാരണ ഗ്രന്ഥശാല, കബഡി കളിക്കൂട്ടം ശാസ്ത്രസാഹിത്യ പരിഷത്ത് എന്നിവരുടെ റീത്തുകളും നെഞ്ചിലേറ്റി വരാന്തയിൽ കത്തിച്ച നിലവിളക്കിന് മുന്നിലായി വെള്ളപുതപ്പിച്ച് കിടത്തിയിരിക്കുന്ന എന്റെ മൃതശരീരം. കാല്ക്കലിരുന്ന് അമ്മ പതം പറഞ്ഞ് നിലവിളിച്ചുകൊണ്ടിരുന്നു. എട്ടും പൊട്ടും തിരിയാത്ത എന്റെ ചെറുക്കനെ കൊണ്ട് പോയി കൊലയ്ക്ക് കൊടുത്തല്ലോ?..... അമ്മയുടെ സങ്കടമോർത്ത് ഞാനും അമർത്തിക്കരയാൻ തുടങ്ങി.

വയ്യ! ഇനി വയ്യ. ഒരടിപോലും ഇനി മുന്നോട്ട് പോകാനാവില്ല. ജീവിതത്തോടുള്ള അദമ്യമായ ആഗ്രഹം എന്നെ പിന്തിരിയാൻ പ്രേരിപ്പിച്ചു കൊണ്ടിരുന്നു. അമ്മാവനോടും കർമ്മഫലത്തിനായി കാത്തിരിക്കുന്ന കുട്ടിയോടും മനസ്സ് കൊണ്ട് മാപ്പ് പറഞ്ഞ്, ഞാൻ തലയിലെ പിണ്ഡം തൊട്ടടുത്ത് കണ്ട തെങ്ങിൻ തടത്തിലേക്ക് ഇറക്കിവച്ചു. സമീപത്തുനിന്ന് ഒരു ഓലയെടുത്ത് അതിനു മുകളിലിട്ടു. തിരിഞ്ഞ് നോക്കാതെ അതിവേഗം മടങ്ങിയെത്തുകയും ചെയ്തു. അപ്പോഴേക്കും അമ്മാവൻ മടക്കയാത്രയ്ക്ക് തയ്യാറായിക്കഴിഞ്ഞിരുന്നു. രാത്രി മുഴുവൻ ഉറക്കമൊഴിച്ച് കാത്തിരുന്ന മണവും നിറവും നഷ്ടപ്പെട്ട ഇറച്ചിക്കറിയിലേക്ക് ഞാൻ നോക്കിയതേയില്ല. എന്റെ വിശപ്പ് കെട്ടു പോയിരുന്നു.

ആശ്വാസവും പ്രതീക്ഷയും നിറച്ച കണ്ണുകളോടെ ആ സ്ത്രീകൾ ഞങ്ങളെ യാത്രയാക്കി. അപ്പോഴേക്കും തറയിൽ വിരിച്ച പാതയിൽ കിടന്ന് കുട്ടി സുഖമായുറങ്ങുന്നുണ്ടായിരുന്നു. വരാന്തയിലെ കാഴ്ചയില്ലാത്ത വൃദ്ധൻ പ്രതികരണമൊന്നുമില്ലാതെ അവിടെത്തന്നെയിരിപ്പുണ്ട്.

മടക്കയാത്രയിൽ ഞാൻ അമ്മാവനോട് കൂടുതൽ അടുത്ത് നടന്നു. എത്രയും വേഗം വീട്ടിലെത്തിയാൽ മതി. നിലാവ് മങ്ങി തുടങ്ങിയിരുന്നു. അമ്മാവനോടും ആ കുട്ടിയോടും ചെയ്ത കൊടിയ അപരാധമോർത്ത്, പരിസരബോധമില്ലാതെ ഞാൻ അമ്മാവനെ അനുഗമിച്ചു.

പെട്ടെന്നാണ് അമ്മാവൻ നടത്തം നിർത്തിയത്. പിണ്ഡം ഉപേക്ഷിച്ച സ്ഥലമാണതെന്ന കാര്യം ഞാൻ ഞെട്ടലോടെ തിരിച്ചറിഞ്ഞു. കൈയിലുണ്ടായിരുന്ന ചെറിയ ഞെക്ക് വിളക്ക് തെങ്ങിൻ തടത്തിലേക്ക് തെളിയിച്ചുകൊണ്ട് അമ്മാവൻ പറഞ്ഞു. "എടാ അവിടന്ന് ആ പിണ്ഡം എടുത്തോണ്ട് വാ... താഴെയുള്ള തോട്ടിൽ നമുക്കൊഴുക്കാം." മുമ്പൊരിക്കലും കേൾക്കാത്ത തരത്തിൽ അനുതാപാർദ്രമായിരുന്നു ആ വാക്കുകൾ.

പിണ്ഡം ഞാനുപേക്ഷിച്ചെന്ന വിവരവും, ഉപേക്ഷിച്ച സ്ഥലത്തെക്കുറിച്ചുള്ള കൃത്യമായ ധാരണയും അമ്മാവന് എങ്ങനെ കിട്ടിയെന്ന അതിശയ ചോദ്യം ഉള്ളിൽ ഉയർന്നപ്പോൾ, അമ്മാവനോട് നേരത്തെയുണ്ടായിരുന്ന ബഹുമാനം ഭയത്തിന് വഴിമാറി.

30 വേളാവൂർ വഴി വെഞ്ഞാറമൂട്

പ്രതാപൻ

പാലത്തിന് മുകളിൽനിന്ന് അമ്മാവൻ താഴെ തോട്ടിലേക്ക് കൈ ചൂണ്ടി, ഞാൻ പതിയെ മൺപടവുകൾ ഇറങ്ങി. വെള്ളത്തിന് സാധാരണ യിൽ കവിഞ്ഞ ഒഴുക്കുണ്ട്. ഞാൻ തിരിഞ്ഞ് നിന്നുകൊണ്ട്, കണ്ണുകൾ അടച്ച് പിറകിലേക്ക് പിണ്ഡം ഉപേക്ഷിച്ചു. തണുത്ത ജലം കൊണ്ട് നന്നായി മുഖം കഴുകി. ആശ്വാസവും സംതൃപ്തിയും നിറഞ്ഞ മനസ്സോടെ വരമ്പിലേക്ക് കയറുമ്പോൾ, ആകാശത്ത് ഒറ്റപ്പെട്ട് നിന്നിരുന്ന ഏകതാരകം മിഴിയടച്ചു. തെല്ലകലെ പ്രധാനപാതയിൽ, കിഴക്കോട്ട് നടന്ന് നീങ്ങുന്ന അമ്മാവന്റെ നിഴൽ രൂപത്തിന്റെ കാഴ്ചയെ മറച്ചുകൊണ്ട് പടിഞ്ഞാറ്, മുരുക്കുംപുഴ കായലിലേക്ക് തൊണ്ട് കയറ്റിപ്പോകുന്ന കാളവണ്ടികളുടെ ഘോഷയാത്ര കടന്ന് പോയി.

തുടരുന്ന യാത്രകൾ

അന്നും പതിവുപോലെ അമ്മ, ആത്മഹത്യായാത്രയ്ക്കുള്ള തയ്യാറെടുപ്പുകൾ തുടങ്ങി. പഴകി നിറം മങ്ങിയ തുണിസഞ്ചിയിൽ അത്യാവശ്യം വസ്ത്രങ്ങളും ചിതലരിച്ച് താളുകൾ മഞ്ഞനിറമാർന്ന രാമായണ പുസ്തകവും തിരുകിക്കയറ്റി. സന്തത സഹചാരിയായ മുറുക്കാൻ പൊതിയും മറക്കാതെ വച്ചു.

അച്ഛനോടും ചിലപ്പോഴൊക്കെ ചേച്ചിമാരോടുമുണ്ടാകുന്ന ചെറിയ കലഹങ്ങൾക്കും വാഗ്വാദങ്ങൾക്കുമൊടുവിലായിരിക്കും വളരെ നാടകീയമായി അമ്മ ആത്മഹത്യായാത്ര പ്രഖ്യാപിക്കുന്നത്. അമ്മയുടെ ശരീരഭാഷയിൽനിന്ന് അത്തരമൊരു യാത്രയുടെ അടയാളങ്ങൾ എല്ലായ്പ്പോഴും എനിക്ക് ലഭിക്കുമായിരുന്നു.

നഗരത്തിലെ സമ്പന്ന വ്യാപാരികളുടെ കണക്കെഴുത്തുകാരനായിരുന്ന അച്ഛൻ തന്റെ തൊഴിലിൽ അസാമാന്യ പ്രാഗത്ഭ്യം പുലർത്തിയിരുന്നു. നിര തെറ്റാതെ അടുക്കിവച്ച കണക്ക് പുസ്തകങ്ങൾക്കിടയിൽ ഏകാഗ്രതയോടെ നോക്കിയിരുന്ന് കുത്തിക്കുറിക്കുമ്പോഴുണ്ടാകുന്ന എത്ര വലിയ കലഹങ്ങളും അച്ഛനെ അലോസരപ്പെടുത്തിയില്ല അഥവാ അച്ഛനതിന് ചെവികൊടുത്തിരുന്നില്ല.

ചാണകം തേച്ച് മിനുസമാക്കിയ നീളൻ വരാന്തയുടെ തേയ്ക്കാത്ത ചുവരുകളിൽ ഞാനൊരിക്കലും തിരിച്ചറിഞ്ഞിട്ടില്ലാത്ത ആരുടെയൊക്കയോ ഛായാചിത്രങ്ങൾ നിരയായി തൂക്കിയിട്ടിരുന്നു. അതിന് താഴെ തന്റേതു മാത്രമായ ലോകത്തിരുന്ന് അച്ഛൻ കണക്കെഴുത്തിൽ മാത്രം മുഴുകി. കണക്കുകൾ തെറ്റരുതെന്ന നിലയ്ക്കാവും അച്ഛൻ അമ്മയുടെ ആവലാതികൾക്ക് മറുപടി പറയാതെ മൗനിയായിത്തീർന്നതെന്ന് എനിക്ക് മനസ്സിലായത് പില്ക്കാലത്താണ്. അമ്മ ആത്മഹത്യക്കിറങ്ങി പുറ

പ്പെടുമ്പോൾ പോകുന്നിടംവരെ കൂട്ടുപോകേണ്ട ചുമതല, കൂട്ടത്തിൽ ഇള യവനും ഏക മകനുമായിരുന്ന എനിക്കാണ് ചേച്ചിമാർ കല്പിച്ച് തന്നി രുന്നത്. ആദ്യയാത്രകളിൽ നിർബ്ബന്ധിച്ച് പറഞ്ഞുവിടുകയും, ക്രമേണ അതെന്റെ മാത്രം ചുമതല ആക്കി മാറ്റുകയുമായിരുന്നു. വിരസമായ ചില ഇടനേരങ്ങളിലെങ്കിലും അമ്മയുടെ ആത്മഹത്യായാത്രകൾക്ക് ഞാനും ആഗ്രഹിച്ചിരുന്നുവല്ലോ.

ഓരോ യാത്രയ്ക്കുമൊടുവിൽ അമ്മയുടെ കൈപിടിച്ച് വീടണ യുമ്പോൾ അമ്മയെ ആത്മഹത്യയിൽനിന്ന് പിന്തിരിപ്പിച്ചതിൽ എന്റെ സാന്നിദ്ധ്യം വഹിച്ച പങ്കിനെക്കുറിച്ചോർത്ത് ഞാൻ വല്ലാതെ അഭിമാനി ച്ചിരുന്നു.

ഇടയ്ക്കിടെയുള്ള അമ്മയുടെ ആത്മഹത്യായാത്രകൾ മിക്കവാറും ചെന്നവസാനിക്കുന്നത് മലയോരഗ്രാമത്തിൽ കുന്നിൽചെരുവിലുള്ള അമ്മാവന്റെ വീട്ടിലായിരിക്കും.

ഗ്രാമതലസ്ഥാനത്ത് ബസിറങ്ങി, സമൃദ്ധമായ നെൽവയലുകളുടെ പച്ചപ്പിനിടയിലെ നേർത്ത വരമ്പിലൂടെ നടന്ന് അമ്മാവന്റെ വീടെത്തു മ്പോൾ, മിക്കവാറും അമ്മാവി, സന്ധ്യക്ക് നിലവിളക്കിന് തിരി തെളിയി ക്കുകയായിരിക്കും. വാത്സല്യവും അതിലേറെ അനുതാപവും മുഖത്ത് നിറച്ച് അമ്മാവി എല്ലായ്പ്പോഴും ഞങ്ങളെ സ്നേഹത്തോടെ സ്വീകരി ക്കുമായിരുന്നു. അമ്മാവന്റെ ഓരോ നോട്ടത്തിലെയും അർത്ഥവും വ്യംഗ്യ വുമൊക്കെ അറിയാവുന്ന അവർ എല്ലാക്കാലത്തും അമ്മാവന്റെ നിഴലായി മാത്രം നിന്നു.

പ്രൈമറി സ്കൂൾ അദ്ധ്യാപകനായിരുന്ന അമ്മാവൻ വീട്ടിലെ അലമാരകൾ പുസ്തകം കൊണ്ട് നിറച്ചിരുന്നു.

കുളി കഴിഞ്ഞെത്തി, ഇരുൾവീണ് കഴിഞ്ഞ റബ്ബർ മരങ്ങൾക്കിടയിലെ വീട്ടുമുറ്റത്ത് ചാരുകസേരയിൽ കിടന്ന് പുരാണകഥകളും, ഗുണപാഠകഥ കളും അപൂർവ്വമായി മാത്രം സ്വന്തം അനുഭവകഥകളും വളരെ സ്വാരസ്യ മായി പറഞ്ഞുകേൾപ്പിക്കുമായിരുന്നു അമ്മാവൻ. എന്നേക്കാൾ ഇളയ വരായ അമ്മാവന്റെ കുട്ടികളും ഞാനും ചേർന്ന ചെറിയ സദസ്സ് ആ കഥകൾ കേട്ട് ആശ്ചര്യപ്പെട്ടിരുന്നു. അടുക്കളയിൽ അത്താഴഭക്ഷണത്തിന് കറികളുണ്ടാക്കുന്നതിന്റെ തിരക്കിലായിരിക്കും അമ്മാവി അപ്പോൾ.

അമ്മ മാത്രം തന്റെ മുറുക്കാൻ പൊതിയുമായി ഏതോ വിചാരങ്ങ ളിൽപ്പെട്ട് വീടിന്റെ ഒരു മൂലയിൽ ഒറ്റയ്ക്കിരുന്നു.

കഥ പറച്ചിലിനിടയിൽ പൊടുന്നനെ അമ്മാവൻ അതുവരെ പറഞ്ഞ കഥകളിൽ നിന്നും ചില സംശയങ്ങൾ ചോദിക്കും. ശരിയുത്തരങ്ങൾ പതി വായി ഞാൻ തന്നെ പറഞ്ഞുപോന്നു. അപ്പോൾ അനിർവ്വചനീയമായ വാത്സല്യത്തോടെ എന്നെ നോക്കുന്ന അമ്മാവന്റെ രൂപം ഏതു കാല ത്തേയും എന്റെ മായാചിത്രങ്ങളിലുണ്ട്.

പിറ്റേന്ന് രാവിലെ അമ്മാവൻ സ്കൂളിലേക്ക് പുറപ്പെടുമ്പോൾ വീട്ടിലേക്കുള്ള മടക്കയാത്രയ്ക്ക് അമ്മയും തയ്യാറായി കഴിയും.

മടങ്ങുമ്പോൾ അമ്മാവൻ പുതിയ കഥാപുസ്തകങ്ങളും ചില്ലറ നാണയങ്ങളും എനിക്ക് സമ്മാനിക്കുമായിരുന്നു. വേനലവധി കാലത്ത് നിറമുള്ള പുതിയ വസ്ത്രങ്ങളും എനിക്കായ് കാത്തുവച്ചിരുന്നു.

ഇതുകൊണ്ടൊക്കെയാവണം അമ്മയുടെ ഓരോ ആത്മഹത്യാ യാത്രയ്ക്കും വേണ്ടി ഞാൻ കാത്തിരുന്നത്.

ഒരു നീണ്ട ഇടവേളയ്ക്കുശേഷമാണ് അമ്മ അന്ന് വീണ്ടും ആത്മഹത്യക്ക് തുനിഞ്ഞത്. അത്രയ്ക്ക് നിസ്സാരമല്ലാത്ത ഏതോ ഒരു കാര്യമാണെന്ന് മാത്രമേ എനിക്കറിയാമായിരുന്നുള്ളൂ. ചേച്ചിമാരിൽ ആരോടോ തുടങ്ങിയ പിണക്കം പിന്നീട് അച്ഛനോടും ഒടുവിൽ ആ യാത്രയിലേക്കും നീളുകയായിരുന്നു.

പൊടുന്നനെയാണ് അമ്മ മുറ്റത്തെ ചരൽ കല്ലുകളിൽ കാലുരച്ച് നടന്ന് തുടങ്ങിയത്, യാതൊരു തയ്യാറെടുപ്പുമില്ലാതെ നടത്തിയ ആദ്യ യാത്ര.

ആത്മഹത്യായാത്രകൾക്ക് മാത്രമായി കരുതിവച്ചിരുന്ന അമ്മയുടെ നിറംമങ്ങിയ പഴയ സഞ്ചി നീളൻ വരാന്തയുടെ ഒരു മൂലയിൽ വെറുതെ കിടന്നു.

റഷ്യൻ നാടോടിക്കഥകളിലെ, പറക്കുന്ന കുതിരപ്പുറത്ത് പാഞ്ഞു വരുന്ന രാജകുമാരന്റെ കഥ വായിച്ചിരിക്കുമ്പോഴാണ് അമ്മയെ പിന്തുടരാൻ ചേച്ചി എന്നോട് ആവശ്യപ്പെട്ടത്. അന്ന് എവിടേക്കുമുള്ള യാത്രയ്ക്ക് എനിക്കൊട്ടും താല്പര്യമുണ്ടായിരുന്നില്ല.

മടിയോടെ പോകുന്നതുകൊണ്ടായിരിക്കണം ഞാൻ ഏറെ പിന്നിലായാണ് നടന്നത്. യാത്രയുടെ ഏതോ നിമിഷത്തിൽ എന്റെ അകമ്പടി ഉറപ്പ് വരുത്താനായി അമ്മ തിരിഞ്ഞുനോക്കി. അത്തരം യാത്രകളിൽ ആദ്യമായി മടങ്ങിപ്പോകാൻ എന്നോട് ആംഗ്യം കാണിക്കുകയും ചെയ്തു. ഞാൻ മടങ്ങിയില്ലെന്ന് മാത്രമല്ല, വേഗത്തിലോടി അമ്മയോടൊപ്പം ചേർന്ന് നടക്കാനും തുടങ്ങി.

പതിവ് വഴികളിലൂടെയായിരുന്നില്ല അമ്മ അന്ന് സഞ്ചരിച്ചിരുന്നത്. ആ യാത്ര ചെന്നവസാനിക്കുന്നത് വീടിന് അത്രയേറെ ദൂരത്തല്ലാത്ത അമ്പലക്കുളത്തിലായിരിക്കുമെന്ന് എനിക്ക് ഊഹിക്കാനാകുമായിരുന്നില്ല. തീർത്തും അപരിചിതമായിരുന്നു എനിക്ക് ആ വഴികൾ. കാവും, കാടും പടർന്ന് കിടക്കുന്ന ജീർണ്ണിച്ച അമ്പലക്കുളവും പ്രാചീനമായ അമ്പലവും. ഞാൻ വല്ലാതെ പേടിക്കുവാൻ തുടങ്ങി. അമ്മയുടെ മുഖത്ത് മുമ്പൊരിക്കലും ദർശിക്കാത്ത ഒരു ഭാവപ്പകർച്ച ഞാൻ കണ്ടു. എന്തോ തീരുമാനിച്ചുറച്ചതുപോലെ ഏറെ സമയം അമ്മ എന്റെ മുഖത്തേക്ക് മാത്രം നോക്കിനിന്നു.

ഹൃദയമിടിപ്പിന്റെ ഉച്ചസ്ഥായിയിലെവിടെയോ വച്ച് വളരുന്ന തൊണ്ടയിൽനിന്ന് അവ്യക്തമായ ഭാഷയിൽ ഞാൻ ഇത്രമാത്രം പറഞ്ഞു.

“അമ്മ മടങ്ങുന്നില്ലെങ്കിൽ വേണ്ട, തിരികെ പോകാനുള്ള വഴി എനിക്ക് ഓർമ്മയുണ്ട്. ഞാൻ മടങ്ങിപ്പോയ്ക്കോട്ടേ?”

ഒരിക്കലും അമ്മ എന്നിൽനിന്ന് പ്രതീക്ഷിക്കാത്ത ആ ചോദ്യത്തിന്റെ ആഘാതത്തിലാവണം അമ്പരപ്പോടെ എന്നെ നോക്കിനിന്ന അമ്മ, പിന്നെ ശബ്ദമുയർത്തി കരയാൻ തുടങ്ങി. ഒടുവിൽ എന്നെ വാരിയെടുത്ത് നെഞ്ചോട് ചേർത്ത് തിരികെ നടന്നു വീട്ടിലേക്ക്. അതായിരുന്നു അമ്മ യുടെ ജീവിതത്തിലെ അവസാനത്തെ ആത്മഹത്യായാത്ര.

എല്ലാ കണക്കുകൂട്ടലുകളും തെറ്റിയപ്പോൾ ആർക്കുവേണ്ടിയും ഒന്നും കരുതി വയ്ക്കാതെ ഒരു പുലർച്ചയിൽ, അച്ഛൻ ആത്മഹത്യ ചെയ്തു. എത്ര ശ്രമിച്ചിട്ടും ശിഷ്ടം കാണാൻ കഴിയാതെ പോയ കുറെ കണക്കുകൾ മാത്രം അച്ഛന്റെ തകരപ്പെട്ടിക്കുള്ളിൽ അനാഥമായി ഏറെക്കാലം അവശേഷിച്ചു. മൺചട്ടിയിലുണ്ടാക്കുന്ന മീൻകറിയിൽ അമ്മ കടുകിട്ട് പൊട്ടിക്കുന്ന ഗന്ധത്തിൽ എന്റെ എത്രവലിയ പിണക്കങ്ങളും ആവിയായി പോകുമായിരുന്നു. തൃപ്തവും ദീർഘവുമായ ഒരു ജീവിത കാലയളവിനൊടുവിൽ ഒരു രാത്രി ഉറങ്ങാൻ കിടന്ന അമ്മ രാവിലെ ഉണർ ന്നെഴുന്നേറ്റില്ല.

അമ്മയുടെ ഓർമ്മകൾ അയവിറക്കാൻപോലും പറ്റാത്തവിധം ഏതെല്ലാമോ തിരക്കുകളിലേക്ക് കാലം എന്നെയും എടുത്തെറിഞ്ഞു. പക്ഷേ, ആ ജീവിതത്തിലെവിടെയോവച്ച് അമ്മയുടെ മാത്രം പ്രത്യേകത യായിരുന്ന ആ സ്വഭാവവിശേഷം എന്നെയും പിടികൂടി. ആത്മഹത്യാ യാത്രകൾ പോകാൻ ഞാനും ശീലിച്ചു തുടങ്ങി. ഒരിക്കലും ചെയ്യില്ലെന്ന് ഉറപ്പുണ്ടായിരുന്ന ഒരു കാര്യത്തിന് വേണ്ടി വെറുതെ പോകുന്ന, ഏറി യാൽ രണ്ടുദിവസം മാത്രം നീളുന്ന ലക്ഷ്യമില്ലാത്ത ചില യാത്രകൾ. ഓരോ യാത്രയ്ക്കുമൊടുവിൽ കൂടുതൽ ഉന്മേഷത്തോടെ മടങ്ങിയെത്തു മ്പോൾ കൊണ്ടുവരുന്ന ഉറപ്പുള്ള സമ്മാനപ്പൊതികൾക്കായി മാത്രം എന്റെ കുട്ടികൾ എന്നെ കാത്തിരിക്കാൻ തുടങ്ങി.

പറഞ്ഞുതീർക്കാനാവാത്ത ഏതെല്ലാമോ സംഘർഷങ്ങൾക്കൊടു വിൽ ഇന്നും ഞാൻ ഒരു യാത്രയ്ക്ക് തയ്യാറെടുക്കുകയാണ്. യാത്രകളിൽ അമ്മ കൊണ്ടുപോയിരുന്ന തുണിസഞ്ചിക്ക് പകരം വിലയേറിയ തുകൽ പ്പെട്ടിയിൽ ഞാനും എന്തൊക്കെയോ നിറച്ചുവയ്ക്കാൻ തുടങ്ങി. അപ്പോ ഴൊക്കെയും എന്റെ കുട്ടികളിലാരെങ്കിലും ഒരാൾ എനിക്കൊപ്പം വന്നിരു ന്നുവെങ്കിൽ എന്ന് ഉൽക്കടമായി ആഗ്രഹിച്ചിരുന്നു.

ചിത്രരചനാ തല്പരനായ മൂത്തമകൻ ഏതോ വരകളിലേക്ക് ശ്രദ്ധാപൂർവ്വം വർണ്ണം പകരുകയാണ്. ഇളയ മകളാകട്ടെ തന്റെ പ്രിയപ്പെട്ട കാർട്ടൂൺ ചാനൽ കാണുന്ന തിരക്കിലും. പുറപ്പെടാനിറങ്ങിയ എന്നെ നോക്കി രണ്ടാളും സന്തോഷത്തോടെ യാത്ര പറയുകയാണ്.

വൈദ്യൻകാവ്

രാത്രി വളരെ വൈകിയാണുറങ്ങാൻ കിടന്നത്. റെക്കോഡിങ് കഴിഞ്ഞപ്പോൾ അർദ്ധരാത്രിയോടടുത്ത് കാണണം. സംഗീത സംവിധായകൻ പുതിയ തലമുറയിൽപ്പെട്ടയാളാണ്. പ്രതിഭയുണ്ട്. എങ്കിലും ഒന്നിനും ഒരു ചിട്ടയുണ്ടായിരുന്നില്ല. യുഗ്മഗാനമാണ് റെക്കാർഡ് ചെയ്തത്. കൂടെ പാടുന്ന ഗായിക ആരാണെന്ന് അറിയില്ല. ചോദിച്ചുമില്ല. തിരക്കുള്ള ഏതോ പാട്ടുകാരി ആവണം. പിന്നീടെപ്പോഴെങ്കിലുമാകും അവരുടെ റെക്കാഡിങ് നടക്കുക. എന്തൊക്കെ സൗകര്യങ്ങൾ.

നന്നേ ക്ഷീണമുണ്ടെങ്കിലും കിടക്കാൻ തോന്നിയില്ല. മകൾ സ്കൂളിൽ പോയി കഴിഞ്ഞിരുന്നു. ഭാര്യ ജോലിക്ക് പോകാൻ തിരക്കിട്ട് തയ്യാറാവുന്നു. ഇന്ന് പകൽ ആർക്കും സമയം നല്കിയിട്ടില്ല. ആഴ്ചകൾക്ക് മുമ്പേ തീരുമാനമെടുത്തതാണ്. ഇന്ന് വൈദ്യൻകാവിലേക്ക് യാത്ര പോകണമെന്ന്. വൈദ്യൻകാവ്, നഗരത്തിൽനിന്ന് ഒന്നര മണിക്കൂർ യാത്ര ചെയ്താൽ എത്തിച്ചേരാവുന്ന ഗ്രാമപ്രദേശമാണ്. ദേശീയ പാതയിൽനിന്ന് ഇടയ്ക്ക് തിരിഞ്ഞ് ഉള്ളിലേക്ക് കഷ്ടിച്ച് മൂന്ന് കിലോമീറ്റർ പോയാൽ എത്താവുന്ന സ്ഥലം. ഒരുപാട് കേട്ടിട്ടുണ്ടെങ്കിലും മുമ്പൊരിക്കലും അവിടെ പോയിട്ടില്ല. ആദ്യത്തെ യാത്രയാണ്.

അച്ഛന്റെ പഴയകാല ശിഷ്യനും ഇപ്പോൾ സഹായിയുമായ ഒരാളാണ് അച്ഛൻ എന്നെ കാണണമെന്ന് ആവശ്യപ്പെടുന്ന വിവരം അറിയിച്ചത്. ഞാൻ പാടിയ ചില വേദികളിലും റെക്കാഡിങ് സ്റ്റുഡിയോയിലുമെല്ലാം പലപ്പോഴും വന്ന് എന്നെ കാണാൻ അച്ഛൻ കാത്തുനിന്നിരുന്നുവെന്ന് അയാൾ പറഞ്ഞാണറിയുന്നത്. സൗകര്യത്തിന് കാണാൻ കഴിയാത്തത് കൊണ്ടാവണം ഓരോ തവണയും അച്ഛൻ എന്നെ കാണാതെ മടങ്ങിപ്പോയത്.

നാട്ടിലും വിദേശത്തുമെല്ലാമുള്ള സ്റ്റേജ്പ്രോഗ്രാമുകൾ, ചലച്ചിത്ര ഗാനങ്ങളുടെയും മ്യൂസിക് ആൽബങ്ങളുടെയുമൊക്കെ റെക്കാഡിങ്ങുകൾ. എത്ര തിരക്കുകൾക്കിടയിലും അച്ഛനെ ഞാൻ കാണേണ്ടതായിരുന്നില്ലേ? സുഖവിവരമെങ്കിലും അന്വേഷിക്കേണ്ടതായിരുന്നില്ലേ? എത്ര സങ്കടകരമായ ഉദാസീനതയാണ് എന്റെ ഭാഗത്ത് നിന്നുണ്ടായിരിക്കുന്നത്. എത്രയോ നാളുകളായിരിക്കുന്നു അച്ഛനെ നേരിൽ കണ്ടിട്ട്.

ഞാൻ ആലോചിക്കുകയായിരുന്നു എന്തിനാവും അച്ഛൻ ഇപ്പോൾ എന്നെ കാണണമെന്ന് പറഞ്ഞത്. പൊതുവെ വ്യക്തിപരമായ ഒരാവശ്യവും അച്ഛൻ പറയാറില്ല. അടുത്തകാലം വരെ ആരോഗ്യപ്രശ്നങ്ങളുമുണ്ടായിരുന്നില്ല. പിന്നെ എന്താവും കാരണം.?

അങ്ങനെയാണ് ഞാൻ ഒരിക്കലും പോയിട്ടില്ലാത്ത വൈദ്യൻകാവിലേക്ക്, അച്ഛന്റെ താമസസ്ഥലത്തേക്ക് പോകാമെന്ന് തീരുമാനിച്ചത്. ബാല്യകൗമാര കാലങ്ങളിൽ എന്നെ ഏറ്റവും മോഹിപ്പിച്ച സ്ഥലമാണ് വൈദ്യൻകാവ്. അവിടത്തെ ഭൂപ്രകൃതിയെക്കുറിച്ച് അമ്മ ഹ്രസ്വമായ ചില വിവരങ്ങളൊക്കെ തന്നിട്ടുണ്ടായിരുന്നുവെങ്കിലും ഞാൻ ഒരിക്കലും അവിടം കണ്ടിട്ടില്ല. അവിടെയൊരു അമ്പലമുണ്ടെന്നും എല്ലാ ഉത്സവങ്ങളുടെയും അവസാന ഉത്സവമായ പത്താമുദയമാണ് അവിടത്തെ വിശേഷദിവസമെന്നും അമ്മയാണ് പറഞ്ഞു തന്നത്. അതോ എല്ലാ ഉത്സവങ്ങളുടെയും തുടക്കമോ? അറിയില്ല! അമ്മപോലും അധികം പോകാത്ത സ്ഥലമാണ്. അച്ഛൻ ഏറെക്കാലമായി താമസിക്കുന്നത് വൈദ്യൻകാവിലാണെന്ന് മാത്രം മനസ്സിലാക്കി വച്ചിട്ടുണ്ട്.

ഡ്രൈവിങ് അടുത്ത കാലത്തായി തീരെ ഇഷ്ടമില്ലാത്ത ഒരു സംഗതിയായി തീർന്നിട്ടുണ്ട്. അറ്റകുറ്റപ്പണികൾ ചെയ്യാത്ത റോഡുകളും വാഹനങ്ങളുടെ ശ്വാസം മുട്ടിക്കുന്ന തിരക്കും കാരണങ്ങളാണ്. മഹാനഗരമായി വളർന്നുകൊണ്ടിരിക്കുന്നതിന്റെ അനിവാര്യമായ അസൗകര്യങ്ങൾ. ഈ യാത്രയിൽ ആരെയും ഒപ്പം കൂട്ടേണ്ടതില്ലെന്ന് നേരത്തെ തീരുമാനിച്ചതുമാണ്.

മ്യൂസിക് പ്ലേയറിൽ കാസെറ്റ് ഇട്ടു. സ്പീക്കറിൽ പതിവുപോലെ അച്ഛന്റെ ശബ്ദം. എത്ര ഉറക്കത്തിലും എന്നെ ഉണർത്തുന്ന, അല്ലെങ്കിൽ ഉറക്കമില്ലാത്ത രാത്രികളിൽ എന്നെ ഉറക്കുന്ന എന്റെ പ്രിയപ്പെട്ട അച്ഛന്റെ മധുരശബ്ദം. വർഷങ്ങൾക്കുമുമ്പ് വീട്ടിൽ സൗഹൃദ സദസ്സിൽ സുഹൃത്തുക്കളുടെ ഇടയിലിരുന്ന് ശ്രുതിപ്പെട്ടിയുടെ മാത്രം അകമ്പടിയിൽ അച്ഛൻ പാടിയ ചില പാട്ടുകൾ കൗതുകത്തിന് റിക്കാർഡ് ചെയ്തുവച്ചതാണ്. ഹൃദയത്തിൽനിന്ന് പറിച്ചെടുത്തതുപോലെ അച്ഛൻ പാടുന്നു. കറുത്ത ചക്രവാള മതിലുകൾ ചൂഴും കാരാഗൃഹമാണീ ഭൂമി.

ഞാൻ സ്കൂൾകാലം പൂർത്തിയാക്കിയ വിദ്യാലയത്തിലായിരുന്നു അച്ഛൻ ഏറെ വർഷവും അദ്ധ്യാപകനായിരുന്നത്. ഭാഷാദ്ധ്യാപകനായിരുന്നുവെങ്കിലും സംഗീതംകൊണ്ട് നിറഞ്ഞതായിരുന്നു അച്ഛന്റെ ക്ലാസുകൾ. വ്യാകരണ ക്ലാസുകൾപോലും സാകൂതം കേട്ടിരിക്കുമായിരുന്നു

വിദ്യാർത്ഥികൾ.

നാട്ടിലും പുറംനാട്ടിലുമൊക്കെ പ്രശസ്തനായ കാഥികനായിരുന്നു അച്ഛൻ. ചരിത്രവും ഐതിഹ്യവും പുരാണവുമെല്ലാം അച്ഛൻ കഥകളിലൂടെ അവതരിപ്പിച്ചു. ഉത്സവകാലരാത്രികളിൽ വേദികളിൽനിന്ന് വേദികളിലേക്ക് ഓടി നടന്ന് അച്ഛൻ കഥ പറഞ്ഞുകൊണ്ടിരുന്നു. അച്ഛന്റെ കഥ കേൾക്കാൻ നാട് മുഴുവൻ പുലരുവോളം കാത്തിരുന്നു അക്കാലങ്ങളിൽ.

അധികം ദൂരത്തല്ലാത്ത ചില വേദികളിൽ കഥ പറയാൻ പോകുമ്പോൾ അച്ഛൻ എന്നെയും കൂടെ കൊണ്ടുപോയിരുന്നു. കഥ പറച്ചിലിന്റെ ഇടവേളകളിൽ അച്ഛൻ എന്നെക്കൊണ്ട് അക്കാലത്തെ പ്രശസ്തമായ ചലച്ചിത്രഗാനങ്ങൾ പാടിക്കുമായിരുന്നു. ഒരു വേദികളിലും മകനെന്ന നിലയിൽ എന്നെ പരിചയപ്പെടുത്തിയുമില്ല. എന്നിലെ പാട്ടുകാരനെ അച്ഛൻ പതിയെ രൂപപ്പെടുത്തിയെടുക്കുകയായിരുന്നു. സംഗീതത്തിൽ എന്റെ ആദ്യഗുരു അച്ഛനാണല്ലോ? അവസാനത്തേതും.

അച്ഛന്റെ ഒപ്പമുള്ള എന്റെ യാത്രകളോട് എന്നും അമ്മ മുഖം തിരിച്ചുനിന്നു. അമ്മയെ അതൊട്ടുമേ സന്തോഷിപ്പിച്ചിരുന്നില്ല. അവസരം കിട്ടുമ്പോഴൊക്കെ എതിർക്കുകയും ചെയ്തു. കലാകാരന്മാരെയും കലയെയുമെല്ലാം അമ്മ കാരണമില്ലാതെ വെറുത്തു. അഥവാ എനിക്ക് അജ്ഞാതമായ ഏതെല്ലാമോ കാരണങ്ങൾകൊണ്ട്. എല്ലാ വിലക്കുകൾക്കിടയിലും ഞാൻ സംഗീതം പഠിച്ചു. ഗായകനെന്ന നിലയിലുള്ള എന്റെ ഇന്നത്തെ പ്രശസ്തിയിൽക്കൂടി പില്ക്കാലത്ത് അമ്മയെയും ലോകമറിഞ്ഞുവെന്നതിൽ എനിക്ക് അഭിമാനമുണ്ട്.

അസാധാരണമായ മുഖസൗന്ദര്യം കൊണ്ടാണ്, അച്ഛൻ ആൾക്കൂട്ടങ്ങളിൽ വ്യത്യസ്തനായിരുന്നത്. എല്ലായ്പ്പോഴും പ്രകാശമാനമായിരുന്നു ആ കണ്ണുകൾ. വൈകുന്നേരങ്ങളിൽ സ്കൂളിൽനിന്ന് വീട്ടിലേക്കുള്ള മടക്കയാത്രകളിൽ അച്ഛന്റെ ബാഗും പിടിച്ച് ആ നിഴലിൽ നടക്കുമ്പോൾ ഞാൻ ലോകം കീഴടക്കിയവനെപ്പോലെ അഭിമാനിച്ചിരുന്നു. എല്ലാവരാലും ബഹുമാനിക്കപ്പെടുകയും ആരാധിക്കപ്പെടുകയും ചെയ്ത അച്ഛന്റെ മകനാവുക എത്ര ആഹ്ലാദകരമാണ്.

അദ്ധ്യാപക ജീവിതത്തിൽനിന്ന് വിരമിച്ചതിനുശേഷമാണ് അച്ഛൻ വൈദ്യൻ കാവിലേക്ക് സ്ഥിരമായി മാറിത്താമസിക്കുന്നത്. അവിചാരിതമായി അമ്മ മരിച്ചപ്പോൾ പോലും അച്ഛൻ വീട്ടിലേക്ക് വന്നില്ല. അച്ഛനെ അന്വേഷിച്ചുപോയവർ പറഞ്ഞത് അച്ഛൻ എവിടേക്കോ ഒരു ദീർഘയാത്ര പോയിരിക്കുന്നുവെന്നാണ്.

ഹ്രസ്വമല്ലാത്ത ഒരു ഇടവേളയ്ക്കുശേഷം ഞാൻ വീണ്ടും അച്ഛനെ കാണുവാൻ പോവുകയാണ്. അച്ഛൻ വിളിക്കേണ്ടിവന്നുവെങ്കിൽപ്പോലും.

വയൽവരമ്പ് ആരംഭിക്കുന്നതിന് മുമ്പുള്ള ഒഴിഞ്ഞ പറമ്പിൽ കാർ നിർത്തിയിട്ടു. വെയിൽ തീഷ്ണമായി വീണുതുടങ്ങിയിരിക്കുന്നു. ഇടയ്ക്കിടെ ചെറുതായി വീശുന്ന കാറ്റിന്റെ പിന്തുണയോടെ വെയിലിന്

നേർക്ക് പതുക്കെ നടക്കാൻ തുടങ്ങി. വയൽ തീരുന്നിടത്ത് ചെറിയൊരു തോടുണ്ട്. അതിന് മുകളിൽ പഴയ സിമന്റ് പാലം. പാലത്തിനുമപ്പുറം ചെറിയൊരു കയറ്റമാണ്. വേണമെങ്കിൽ പടവുകൾ കെട്ടി യാത്ര ആയാസ രഹിതമാക്കാവുന്നതേയുള്ളൂ. ആരുടെയോ നിർബ്ബന്ധം പടവുകൾ കെട്ടാതിരുന്നതിന് പിന്നിലുണ്ടെന്ന് തോന്നുന്നു.

എതിരെ വരുന്നവരിൽ പലരും എന്നെ തിരിച്ചറിയുന്നുണ്ട്. ടെലിവിഷനിൽ പ്രശസ്തമായ ചില സംഗീത റിയാലിറ്റി ഷോകളിൽ ഞാൻ വിധികർത്താവായി ഇരിക്കാറുണ്ടല്ലോ? ശബ്ദസൗന്ദര്യത്തേക്കാൾ ആകാരഭംഗിക്ക് പ്രാധാന്യമുള്ള കാലവുമാണ്.

ഹരിതാഭയാർന്ന ഒരു പ്രദേശമാണ് വൈദ്യൻകാവ്. ചെറിയൊരു അമ്പലമുണ്ട്. ശിവപ്രതിഷ്ഠയാണ്. പുറമെനിന്നുള്ള ഭക്തരെ ആകർഷിക്കുന്ന തരത്തിലുള്ള എടുപ്പുകൾ ഒന്നുമില്ല. അമ്പലത്തിന് ഒരു നൂറ്റാണ്ടിനപ്പുറം പഴക്കമുണ്ടെന്ന് തോന്നുന്നില്ല. അധികം ഭക്തരുമില്ല. തിരക്കൊന്നുമില്ലാതെ കുറച്ചാളുകൾ വിവിധ ജോലികളിൽ വ്യാപൃതരായിരിക്കുന്നു.

കുന്ന് കയറിയെത്തുമ്പോൾ ശീവേലിക്കുള്ള സമയമാണ്. ഉച്ചഭാഷിണിയിൽ ശിവസ്തുതികൾ കേൾക്കാം. അച്ഛന്റെ ശബ്ദമാണ്. കാറിൽ കേട്ടതിന്റെ തുടർച്ചപോലെ.

അമ്പലപ്പറമ്പിൽ എന്റെ ശ്രദ്ധയിൽ ആദ്യം വന്നത് നിറയെ പൂവിട്ട് നിന്നിരുന്ന ചെമ്പരത്തി ചെടികളാണ്. വിവിധ നിറങ്ങളിലുള്ള ചെമ്പരത്തിപ്പൂവുകൾ. അച്ഛന്റെ പ്രിയപ്പെട്ട ചെടിയാണല്ലോ ചെമ്പരത്തി. ഒരുകാലത്ത് വീടിന് ചുറ്റും ചെമ്പരത്തിക്കാടായിരുന്നു. പ്രത്യേകിച്ച് ഒരു പരിചരണവും ആവശ്യമില്ലാത്ത ചെമ്പരത്തിച്ചെടികളിൽ വിവിധ വർണ്ണങ്ങളിൽ പൂവുണ്ടാകുമെന്ന് മനസ്സിലാക്കിയത് അങ്ങനെയാണ്. ചെമ്പരത്തി എനിക്ക് നല്കുന്ന ഓർമ്മകളിൽ കുറച്ച് കയ്പ്പ് നീരുമുണ്ട്. ചെമ്പരത്തി ച്ചെടിയിലെ കമ്പ് വെട്ടിയെടുത്താണ് അമ്മ എന്നെ നിരന്തരം ശിക്ഷിച്ചിരുന്നത്.

അച്ഛനെ കാണുമ്പോൾ കൂടെ ആരുമില്ല. കറുത്ത ചുരുളൻ തലമുടിയിൽ വെള്ളി രേഖകളാണ് ഇപ്പോളേറെയും. പ്രകടമായ മാറ്റം അതുമാത്രവുമാണ്. അച്ഛനെ വെറുതേ നോക്കിനിന്നു. ഒന്നും പറയാനില്ല.

ദീർഘയാത്ര കഴിഞ്ഞ് വരുന്ന അച്ഛനെ കാണുമ്പോൾ പണ്ടൊക്കെ ഞാൻ ചെയ്യാറുള്ളതുപോലെ ഓടിച്ചെന്ന് മുറുകെ കെട്ടിപ്പിടിക്കണമെന്ന് തോന്നി. മനസ്സ് എടുത്തുചാടുന്നു. ഞാൻ അച്ഛന്റെ കൈകളിൽ അമർത്തി പിടിച്ചു. അച്ഛന് വേദനിച്ചുവോ?

അച്ഛൻ പറഞ്ഞു: “ഉച്ചഭക്ഷണം കഴിക്കാം. വരൂ....” കുറഞ്ഞ സൗകര്യങ്ങൾ മാത്രമുള്ള ചെറിയ മുറിയിൽ പഴയ തടിമേശയിൽ അച്ഛന് അഭിമുഖമായി ഇരുന്നു. സഹായികളാരോ പകർന്നുവച്ച ചോറും കറികളും ഇഷ്ടവിഭവത്തിന് ഇപ്പോഴും മാറ്റമൊന്നുമില്ല. പാവയ്ക്ക കൊണ്ടുള്ള മെഴുക്കുപുരട്ടി. അച്ഛനോടൊപ്പം ആഹാരം കഴിക്കാനിരിക്കുന്ന വേളകളിൽ

ആദ്യത്തെ ഉരുള എനിക്കുള്ളതായിരുന്നു അന്നെല്ലാം. അതെന്റെ അവകാശവുമായിരുന്നു. എന്റെ കണ്ണുകൾ നിറയാൻ തുടങ്ങുന്നു വെറുതെ, ഓർമ്മകൾ എന്നെ വല്ലാതെ വേട്ടയാടുകയാണ്. ഹൃദ്യമായ, ആർദ്രമായ ഈ ഓർമ്മകൾ ഇത്ര കാലവും എന്നോടൊപ്പമുണ്ടായിരുന്നുവല്ലോ? അത്ഭുതം തന്നെ.

അച്ഛൻ പറഞ്ഞതും ചോദിച്ചതുമെല്ലാം സംഗീതത്തെ കുറിച്ചുമാത്രമാണ്. ജീവിതത്തെക്കുറിച്ച് അധികമൊന്നും ചോദിച്ചില്ല. ഒരു ആഗ്രഹം പറഞ്ഞു. ആരും എവിടെയും പാടിക്കേൾക്കാത്ത കുറച്ച് പാട്ടുകൾ ചിട്ടപ്പെടുത്തിവച്ചിട്ടുണ്ട്. അത് റെക്കാഡ് ചെയ്തു വയ്ക്കണം. അതിന് സഹായിക്കണം. എന്നെ സംബന്ധിച്ചിടത്തോളം എത്രയോ നിസ്സാരമായ സഹായം. ഇതുമാത്രം മതിയോ എന്റെ അച്ഛന്? ഇതിനാണോ എന്നെ കാണണമെന്ന് ആവശ്യപ്പെട്ടത്?

ഒടുവിലായി അച്ഛൻ പറഞ്ഞു. ഞാനൊരു ദീർഘയാത്ര പോവുകയാണ്. പതിവുള്ള തീർത്ഥാടനയാത്രപോലെയല്ല ഈ യാത്ര. ഒറ്റയ്ക്ക് പോകണമെന്നാണ് തീരുമാനം. ഞാൻ കണ്ടിട്ടില്ലാത്ത ഭൂപ്രദേശങ്ങളിലൂടെ ഒരു യാത്രയെന്നേ ഇപ്പോൾ കരുതിയിട്ടുള്ളൂ. കുറച്ചുകൂടി നേരത്തെ പോകേണ്ടതായിരുന്നു. നിന്നെ കാണാൻ വൈകിയതുകൊണ്ടാണ് യാത്രയും വൈകിയത്.

അച്ഛൻ പറയുകയാണ് ഈ സ്ഥലവും അമ്പലവുമെല്ലാം പാരമ്പര്യമായി കൈമാറി കിട്ടിയതാണ്. ചെറിയൊരു തുക വായ്പാ കുടിശ്ശിക ഉണ്ടായിരുന്നു. സഹകരണ ബാങ്കിൽ. ഇപ്പോൾ ബാദ്ധ്യതയൊന്നുമില്ല. ആധാരവും മറ്റും നിന്റെ പേർക്ക് മാറ്റിയതിന്റെ രേഖകളാണ് ഇതിനുള്ളിൽ. ഇനി ഇതിന്റെ അവകാശി നീയാണ്, നീ മാത്രം.

എന്തിന് വേണ്ടിയെന്നറിയില്ല. അവസാനത്തെ വാക്യം പറയുമ്പോൾ കൂടുതൽ ഉറച്ചതായിരുന്നു അച്ഛന്റെ ശബ്ദം. ഒട്ടും ഇടർച്ചയില്ല.

സൂര്യനും ഞാനും ഒരുമിച്ചാണ് കുന്നിറങ്ങാൻ തുടങ്ങിയത്. പിന്നിൽ അച്ഛൻ. ഞാൻ വഴിമാറി നിന്നു. അച്ഛൻ മുന്നിൽ നടക്കട്ടെ ഞാൻ പിന്നിൽ മാത്രം നടക്കാം. എല്ലാക്കാലത്തും അത് മതിയെനിക്ക്. അതുമാത്രം.

ഹിമശൈല സൈകതഭൂമിയിൽ...

പാട്ടുകാരനായ ഒരു സഹപാഠി എനിക്കുണ്ടായിരുന്നു. ആറാം തരത്തിൽ പഠിക്കുമ്പോൾ, സംഗീതാദ്ധ്യാപകൻ നിങ്ങൾക്കിഷ്ടപ്പെട്ട ഒരു പാട്ട് പാടാൻ നിർദ്ദേശം നല്കിയിട്ട്, അടുത്ത ക്ലാസിലെ മലയാളം ടീച്ച റോട് വർത്തമാനം പറഞ്ഞ് നില്ക്കുമ്പോൾ, അവൻ എല്ലായ്പ്പോഴും വിഷാദപ്രണയം വരികളാക്കിയ പാട്ടുകൾ മനോഹരമായി ആലപിച്ചു. താളം, ശ്രുതി, ലയം തുടങ്ങിയ അടിസ്ഥാന സംഗീതപാഠങ്ങൾ ഒന്നും അഭ്യസിച്ചിട്ടില്ലാത്ത അവൻ ഹൃദയം കൊണ്ട് ഭാവതീവ്രമായി പാടിക്കൊ ണ്ടിരുന്നു.

ഹിമശൈല സൈകതഭൂമിയിൽനിന്ന് നീ പ്രണയപ്രവാഹമായ് വന്നു....

അതെഴുതിയത് ആരാണെന്നോ അതിന്റെ വരികൾക്ക് ജീവൻ കൊടു ത്തത് ആരായിരിക്കുമെന്നോ ഊഹിക്കാൻപോലും അവന് കഴിയുമായി രുന്നില്ല. അമ്പലക്കുളത്തിന്റെ കരയിലൂടെ നീണ്ടുപോകുന്ന പള്ളിക്കൂട വഴിയിലും പകൽ നേരങ്ങളിൽ പോലും ആളുകൾ പോകാൻ മടിച്ചിരുന്ന തമ്പുരാൻപാറയുടെ ചരിവിലുമിരുന്ന് അവൻ പാടിക്കൊണ്ടിരുന്നു. പാട്ടിനെ മാത്രമല്ല പ്രകൃതിയെയും പൂക്കളെയും സർവ്വജീവജാലങ്ങളെയും സ്നേഹിച്ച അവനായിരുന്നു ഞാൻ കണ്ട ആദ്യപ്രണയി.

അവന് ആരോടായിരിക്കും പ്രണയം. അങ്ങനെയൊരാൾ ഉണ്ടെങ്കിൽത്തന്നെ അവൾക്ക് അവനോട് അനുരാഗമുണ്ടാകുമോ? രമണന്റെയും ചന്ദ്രികയുടെയുമൊക്കെ കൊണ്ടാടപ്പെട്ട പ്രണയങ്ങൾപോലെ ഗ്രാമത്തിൽ അവനെ കാത്തിരിക്കുന്ന ഒരു കാഞ്ചനമാലയുണ്ടാകുമോ?

അതിഗൂഢ സുസ്മിതമുള്ളിലൊതുക്കുന്ന
പ്രഥമോദബിന്ദുവായ് തീർന്നു.

വൈകുന്നേരത്തെ വാശിയേറിയ പന്തുകളിക്കുശേഷം പഞ്ചായത്ത് കളിസ്ഥലത്തെ പൊതുകിണറിന് വശങ്ങളിലായിരുന്ന് അന്നത്തെ കളിയുടെ അവലോകനങ്ങൾ നടത്തുന്ന ചങ്ങാതിക്കൂട്ടത്തിനിടയിൽ അവൻ മാത്രം മാറിനിന്നു. മറ്റെല്ലാവരും മടങ്ങിക്കഴിഞ്ഞാലും ഒന്നു പാളിയാൽ, അഗാധമായ ആഴത്തിലേക്ക് വീണു പോകാവുന്ന പഞ്ചായത്ത് കിണറിന്റെ കൈവരിയിൽ കിടന്ന് അപ്പോഴും അവൻ പാടിക്കൊണ്ടിരുന്നു.

നിമിഷങ്ങൾ തൻ കൈക്കുടന്നയിൽ നീയൊരു
നീലാഞ്ജന തീർത്ഥമായി
പുരുഷാന്താരങ്ങളെ കോൾമയിർകൊള്ളിക്കും
പീയൂഷ വാഹിനിയായി
പീയൂഷ വാഹിനിയായി....

ചന്തയിലെ തേങ്ങാക്കച്ചവടക്കാരനായിരുന്ന അവന്റെ അച്ഛൻ, തേങ്ങ നിറച്ച ചാക്കുകൾക്കടിയിൽപ്പെട്ടാണ് മരിച്ചത്. നാട്ടിലും നഗരത്തിലുമെല്ലാം അവൻ ഏകാകിയായിരുന്നു. ആരോടും അധികം സൗഹൃദത്തിന് മുതിരാതിരുന്ന അവൻ തല ഉയർത്തിപ്പിടിച്ച് നടക്കുന്നത് അപൂർവ്വമായിരുന്നു. മുടിയും താടിയും നീട്ടിവളർത്തിയ ടിപ്പിക്കൽ കാമുകനുമായിരുന്നില്ല. എടുത്തു പറയാവുന്ന പ്രത്യേകതകളൊന്നുമില്ലാത്ത ഒരു സാധാരണ യുവാവ്.

ഇടയ്ക്കിടെ എങ്ങോട്ടുമില്ലാത്ത യാത്രകൾ നടത്തി മടങ്ങിയെത്തുന്ന അവൻ ഗ്രീഷ്മത്തിലെ ഒരു പ്രഭാതത്തിൽ വിഷം കഴിച്ച് ആത്മഹത്യക്ക് ശ്രമിച്ചു.

അയൽഗ്രാമത്തിലേക്ക് നീളുന്ന ഒറ്റയടിപ്പാതയിലൊരിടത്തെ വീട്ടിൽ അന്നൊരു വിവാഹാഘോഷം നടക്കുകയായിരുന്നു. സംശയങ്ങളുടെയും അടക്കം പറച്ചിലുകളുടെയും നടുവിൽ അവൻ ഒന്നുമറിയാതെ മയങ്ങിക്കിടന്നു. സംഗീതലഹരിക്കപ്പുറമുള്ള ചില ലഹരികൾ തേടിയുള്ള യാത്ര അവൻ തുടങ്ങിയത് പിന്നീടാണ്.

എന്നെയെനിക്ക് തിരിച്ച് കിട്ടാതെ ഞാൻ
ഏതോ ദിവാസ്വപ്നമായി
ബോധമബോധമായി മാറും ലഹരിതൻ
സ്വേദപരാഗമായ് മാറി.

ചിന്തകളും വികാരങ്ങളും അനിർവ്വചനീയമായ അനുഭൂതികളിലേക്ക് മനുഷ്യനെ കൊണ്ടുപോകുന്ന കാല്പനിക കാലത്ത്, പ്രണയികൾക്കായി മാത്രമുള്ള ഒരുദിനം ആലോചനയിൽ പോലുമില്ലാതിരുന്ന കാലത്ത് എവിടെയൊക്കെ ആരൊക്കെ പ്രണയിച്ചിട്ടുണ്ടാവാം. മുഗ്ദാനുരാഗത്തിന്റെ പാനപാത്രം നുകർന്നിട്ടുള്ള എത്രയെത്ര പ്രണയികൾക്ക് സാർത്ഥകമായ ഒരു പര്യവസാനമുണ്ടായിട്ടുണ്ടാവും. പ്രണയത്തിന്റെ തോരാമഴ നനഞ്ഞ എത്രയോ പേർ എന്നേക്കുമായി ഇവിടം വിട്ടു പോയിട്ടുണ്ടാവാം.

തന്റെ ഊഴത്തിനായി കാത്തിരിക്കുന്ന ആനമയിലൊട്ടകം കളിക്കാരെപ്പോലെ കാലവും കടന്ന് പൊയ്ക്കൊണ്ടിരുന്നു.

അവിചാരിതമായി പെയ്ത ചാറ്റൽമഴയിൽനിന്ന് രക്ഷ തേടി ഓടിക്കയറിയ ബഹുനിലമന്ദിരത്തിലെ വരാന്തയിൽ എനിക്കഭിമുഖമായി അവൻ നില്ക്കുന്നു. എത്രയോ കാലങ്ങൾക്ക് ശേഷമാണ്. എന്നിട്ടും എനിക്കവനെ മനസ്സിലായല്ലോ? ഒരുവേള എന്നെയും അവൻ തിരിച്ചറിഞ്ഞിരിക്കുമോ? അറിയില്ല.. അറിയില്ല..

കാലം ഘനീഭൂതമായി നില്ക്കുമക്കര
കാണാക്കയങ്ങളിലൂടെ
എങ്ങോട്ട് പോയി ഞാൻ എന്റെ സ്മൃതികളേ
നിങ്ങൾ വരില്ലയോ കൂടെ
നിങ്ങൾ വരില്ലയോ കൂടെ?

---

* എം ഡി രാജേന്ദ്രന്റെ വരികൾ

ലിയനാർഡോ ഡാവിഞ്ചി

"**താ**ങ്കളെ കാണാൻ അരവിന്ദ് സ്വാമിയെപ്പോലെയുണ്ട്." ഫോൾഡറിനുള്ളിൽ വച്ച് അയാൾ നീട്ടിയ ബിൽ തുകയുടെ ബാക്കി എടുക്കുമ്പോൾ ഞാൻ ശബ്ദം താഴ്ത്തി പറഞ്ഞു.

അയാളിൽനിന്നുയർന്ന മറുചോദ്യമാണ് സത്യത്തിൽ എന്നെ ഹതാശനാക്കിയത്.

"ആരാണ് സാർ ഈ അരവിന്ദ്സ്വാമി?" സന്തോഷമുളവാക്കുന്ന ഒരു അഭിനന്ദന വാചകം കേട്ടതിന്റെ ഭാവഭേദമൊന്നുമില്ലാതെ നിഷ്കളങ്കമായാണ് അയാളത് ചോദിച്ചത്.

അതിർത്തിയിലെ പ്രണയം വശ്യഭംഗിയോടെ ചിത്രീകരിച്ച ഒരു ചലച്ചിത്രത്തിലൂടെ രാജ്യം മുഴുവൻ ആരാധകരെ സൃഷ്ടിച്ച അരവിന്ദ് സ്വാമിയെ, യുവാവായ ഇയാൾക്ക് അറിയില്ലെന്നത് തീർച്ചയായും എന്നെ നിരാശനാക്കുകതന്നെ ചെയ്തു.

"സിനിമകളൊന്നും ഞാൻ കാണാറില്ല സാർ, സമയം കിട്ടിയാൽ തന്നെ, അത്തരം വിനോദങ്ങളിലൊന്നും തീരെ താല്പര്യവുമില്ല."

കുറഞ്ഞപക്ഷം അരവിന്ദ്സ്വാമി ഒരു സിനിമാതാരമാണെന്നെങ്കിലും അയാൾ ഊഹിച്ചതിൽ എനിക്ക് നേരിയ സംതൃപ്തി തോന്നി ഞാൻ പറഞ്ഞു.

"തീർച്ചയായും അതൊരു കുറ്റമല്ല സുഹൃത്തേ, ഇനി പറയൂ താങ്കളുടെ ശരിയായ പേര്?"

"ജോബി മാത്യു എന്നാണ് സാർ." കൂടുതലെന്തെങ്കിലും ചോദിക്കുന്നതിന് മുൻപ് വശ്യമായ ഒരു പുഞ്ചിരി എനിക്ക് സമ്മാനിച്ച് അയാൾ തന്റെ തിരക്കുകളിലേക്ക് കയറിപ്പോയി.

കോട്ടയംവഴി കൊച്ചിയിലേക്കോ അല്ലെങ്കിൽ ഹൈറേഞ്ചിലുള്ള

ഏതെങ്കിലുമൊരു ഒഴിവുകാല താമസകേന്ദ്രത്തിലേക്കോ എഴുത്തു ജോലികൾക്കായി യാത്ര ചെയ്യുമ്പോൾ പ്രധാനപാതയിൽ പട്ടണവും ഗ്രാമവും തമ്മിൽ അതിർത്തി പങ്കിടുന്ന ഒരിടത്താണ് ആ ഭക്ഷണശാല പ്രവർത്തിക്കുന്നത്. യാത്ര തുടങ്ങുന്നിടത്ത് നിന്ന് കൃത്യം അർദ്ധദൂരമാകുമ്പോഴാണ് ആ സ്ഥലത്തെത്തുന്നത്. ശരീരവും മനസ്സും ഒരു വിശ്രമത്തിന് ആവശ്യമുന്നയിക്കുന്ന സമയം അപ്പോഴാണെന്നുള്ളതുകൊണ്ട് കൂടിയാകണം സാഗരികയിൽ കയറിപ്പോവുക എന്നത് എന്റെ പതിവായി തീർന്നത്.

അതൊരു ബാർ അറ്റാച്ച്ഡ് ഹോട്ടൽ ആണെങ്കിലും രുചികരമായ ഭക്ഷണം വിളമ്പുന്ന ഒരിടമെന്നതാണ് അവിടെ കയറാൻ എന്നെ പ്രേരിപ്പിക്കുന്ന പ്രധാന ഘടകം.

പ്രഭാതത്തിൽ പരിമിതമായ അളവിൽ കള്ള് ചേർത്തുണ്ടാക്കുന്ന അപ്പം, മട്ടൻസ്റ്റൂ, ഉച്ചനേരത്ത്, കശുവണ്ടിപ്പരിപ്പ് അരച്ച് ചേർത്തുണ്ടാക്കുന്ന മീൻകറിയോടൊപ്പമുള്ള ഊണ്, സായാഹ്നത്തിലോ രാത്രിയിലോ ആണെങ്കിൽ കനലടുപ്പിൽ ചുട്ടെടുക്കുന്ന റൊട്ടിയും കോഴി വിഭവങ്ങളും, സമയഭേദമില്ലാതെ ലഭിക്കുന്ന തേങ്ങ കൊത്തിനുറുക്കിയിട്ടുണ്ടാക്കുന്ന ബീഫ് ഉലർത്ത്, അങ്ങനെ സാഗരിക സമൃദ്ധമായ ഭക്ഷണ വിഭവങ്ങളാൽ സമ്പന്നമായിരുന്ന ഒരു റസ്റ്റോറന്റ് ആയിരുന്നു.

സാഗരിക ആ പ്രദേശത്തെ എല്ലാത്തരത്തിലുമുള്ള ആളുകളുടെയും സംഗമ കേന്ദ്രമാണെന്നാണ് ഞാൻ മനസ്സിലാക്കിയിട്ടുള്ളത്. പ്രധാനപാതയിലൂടെ കുടുംബത്തോടൊപ്പം ദീർഘയാത്ര ചെയ്യുന്നവരും അവിടുത്തെ നിത്യസന്ദർശകരായിരുന്നു. എന്നെപ്പോലെ തന്നെ സാഗരികയിലെ രുചിവിഭവങ്ങളുടെ ആരാധകർ അതുവഴിയുള്ള ഓരോ യാത്രയിലും അവിടെ കയറിപ്പോവുക എന്നത് ഒഴിവാക്കാനാവാത്ത ഒരു കാര്യമായി പരിഗണിച്ചിരുന്നു.

കച്ചവടക്കപ്പലിൽ ജോലിചെയ്യുന്ന ഒരാളാണ് അതിന്റെ ഉടമസ്ഥൻ. അയാൾ ജോലി ചെയ്തിരുന്ന കപ്പലിന്റെ പേരാണ് ആ ഹോട്ടലിന് നല്കിയിരിക്കുന്നത്. മാസങ്ങളുടെ ഇടവേളകളിൽ അവധിക്ക് വരികയും കുറച്ച് ദിവസങ്ങൾക്ക് ശേഷം മടങ്ങിപ്പോവുകയും ചെയ്യുന്ന ഒരാൾ. ബാർ അറ്റാച്ച്ഡ് ഹോട്ടൽ നടത്തിപ്പിന്റെ അമിതലാഭ പ്രലോഭനമൊന്നും അയാളെ ആകർഷിക്കുന്നില്ലെന്നത് ആ സ്ഥാപനത്തിന്റെ നടത്തിപ്പ് രീതി ശ്രദ്ധിച്ചാൽ മനസ്സിലാകും.

പുരാതനമായ ഒരു കെട്ടിടമായിരുന്നു സാഗരിക. രാജപരമ്പരയിൽപ്പെട്ട അവകാശികളിൽനിന്ന് ഇപ്പോഴത്തെ ഉടമസ്ഥൻ വിലയ്ക്ക് വാങ്ങിയതാണ് ആ സ്ഥലം. ശീതീകരിച്ച മുറികളും സാധാരണ നിലയിൽ പ്രവർത്തിക്കുന്ന ഒന്നിലേറെ ഹാളുകളും ഉണ്ടെന്നത് മാത്രമല്ല സുരക്ഷിതമായി വാഹനങ്ങൾ നിർത്തിയിടാനുള്ള വിശാലമായ പാർക്കിങ് സ്ഥലവും ഉള്ളതുകൊണ്ട് കൂടിയാവണം ദീർഘദൂരയാത്രക്കാരുടെ പ്രധാനപ്പെട്ട ഇടത്താവളമായി സാഗരിക മാറിയത്.

മദ്യം വില്ക്കുന്ന സ്ഥലമാണെങ്കിൽക്കൂടിയും അത്തരമൊരു

കേന്ദ്രത്തിൽ നിന്നുണ്ടാവാനിടയുള്ള തിക്താനുഭവങ്ങളൊന്നും എന്റെ ഇതുവരെയുള്ള സന്ദർശനത്തിനിടയിൽ ഞാൻ നേരിട്ടിട്ടില്ല. കുടുംബ ത്തോടൊപ്പം യാത്ര ചെയ്യുന്ന ആളുകൾപോലും അവിടെ ധാരാളമായി വരുന്നത് അത്തരത്തിലൊരു സുരക്ഷിതത്വം അവിടെനിന്ന് കിട്ടുന്നത് കൊണ്ട് കൂടിയാവണം.

ഞാൻ മിക്കവാറും കയറുന്നത് പ്രധാന കെട്ടിടത്തിന്റെ പിറകിൽ നിന്ന് വളഞ്ഞ് കയറിപ്പോവുന്ന മരഗോവണി നയിക്കുന്ന ശീതീകരിച്ച മുറിയിലേക്കാണ്. പത്തോ പന്ത്രണ്ടോ വിളമ്പ് മേശകൾ മാത്രമാണവിടെ യുള്ളത്. മറ്റിടങ്ങളേക്കാൾ കുറച്ചധികം തുക അവിടെ ഈടാക്കുന്നത് കൊണ്ട് അവിടെ അതിഥികളുടെ ആധിക്യം കുറവാണ്.

ജീവിതത്തിലേറിയ പങ്കും കടലിൽ ജീവിക്കുന്ന നാവികനായ അതിന്റെ ഉടമ നല്ലൊരു കലാസ്വാദകൻ കൂടിയാണെന്ന് അവിടെ സന്ദർ ശിക്കുന്നവർക്ക് എളുപ്പത്തിൽ മനസ്സിലാകും. നൂറ്റാണ്ടുകൾ പഴക്കമുള്ള വൻ മരങ്ങൾ അവിടെ നന്നായി പരിപാലിച്ചു നിർത്തിയിരുന്നു. തൊഴി ലിന്റെ ഭാഗമായി അയാൾ നടത്തുന്ന വിദേശയാത്രകളിൽനിന്ന് ശേഖരിച്ച് കൊണ്ടുവരുന്ന കൗതുകവസ്തുക്കളും വിശേഷപ്പെട്ട ചില പെയി ന്റിങ്ങുകളും കൊണ്ട് ചുവരുകൾ മനോഹരമായി അലങ്കരിച്ചിരുന്നു. മദ്യം വിളമ്പുന്ന ഇടങ്ങളിൽനിന്നുണ്ടാകാറുള്ള, ചിലപ്പോഴെങ്കിലും അറപ്പുള വാക്കുന്ന ഗന്ധത്തിന് പകരം ഏതോ സുഗന്ധദ്രവ്യങ്ങളുടെ പരിമളം എല്ലായ്പ്പോഴും അവിടെയാകെ നിറഞ്ഞ് നിന്നിരുന്നു. ഇറക്കുമതി ചെയ്ത കപ്പുകളിലും പാത്രങ്ങളിലുമാണ് ഭക്ഷണപാനീയങ്ങൾ വിളമ്പിയിരുന്നത്.

യാത്രകളുടെ ഇടനേരങ്ങളിൽ ഞാൻ അവിടെ കയറി ചില മണി ക്കൂറുകൾ ചെലവഴിച്ച് ഭക്ഷണവും ഒരു ബിയറും കഴിച്ച് യാത്ര തുടർന്നു.

സമ്മിശ്ര പ്രതികരണങ്ങളുണ്ടാക്കിയ ഒരു ചിത്രത്തിന്റെ റിലീസിന് ശേഷം, നാളുകളായി മനസ്സിലുണ്ടായിരുന്ന കഥയ്ക്ക് ചലച്ചിത്രഭാഷ്യം രചിക്കുക എന്ന ദൗത്യവുമായാണ് ആ യാത്ര തുടങ്ങിയത്. നിർമ്മാതാ വിന്റെ സ്നേഹനിർബ്ബന്ധങ്ങൾക്ക് വഴങ്ങി വയനാട്ടിലുള്ള ഒരു വീടാ യിരുന്നു എഴുത്തുജോലികൾക്കായി തെരഞ്ഞെടുത്തത്. കൊച്ചിയിലെത്തി സുഹൃത്തിന് വാഹനം കൈമാറിയതിനുശേഷം നിർമ്മാതാവിനൊപ്പം ചുരം കയറി രാത്രിതന്നെ വയനാട്ടിലെത്തേണ്ടതുണ്ട്.

പതിവായി പോകാറുള്ള റസ്റ്റോറന്റ് ഹാളിൽ ഞാനെത്തുമ്പോൾ അധികം സന്ദർശകർ ഉണ്ടായിരുന്നില്ല. ഉച്ചഭക്ഷണസമയത്താണ് സാധാരണയായി അവിടുത്തെ കസേരകൾ നിറഞ്ഞ് തുടങ്ങുക.

സവിശേഷ രീതിയിൽ നിർമ്മിച്ചിരിക്കുന്ന മെനുകാർഡിലേക്ക് നോക്കിയിരിക്കുമ്പോഴാണ് മുന്നിൽ അയാൾ പ്രത്യക്ഷപ്പെട്ടത്. അയാളുടെ നേരെ മുഖമുയർത്തിയപ്പോഴാണ് ഞാൻ അമ്പരന്നുപോയത്. വെള്ളിത്തി രയിലെ സുന്ദരനായ നടൻ അരവിന്ദ് സ്വാമി മുന്നിൽ നില്ക്കുന്നതുപോലെ തോന്നി. മുഖത്തെ ചന്ദനവർണ്ണം ഒരല്പം കൂടുതൽ ഇയാൾക്കാണ്. വൃത്തിയായി ധരിച്ചിരുന്ന വെളുത്ത ഷർട്ടും കറുത്ത പാന്റും മെറൂൺ

നിറത്തിലുള്ള ജാക്കറ്റും അയാൾക്ക് നന്നായി ഇണങ്ങുന്നുണ്ടായിരുന്നു. അനുസരണയില്ലാതെ പാറിക്കിടക്കുന്ന നീളൻതലമുടികൾ വശത്തേക്ക് ഒതുക്കി വയ്ക്കാൻ അയാൾ നിരന്തരം ശ്രമിച്ചുകൊണ്ടിരുന്നു.

ശാന്തവും എന്നാൽ പ്രലോഭിപ്പിക്കുന്നതുമായ ശബ്ദത്തിൽ അയാൾ ചോദിച്ചു. "സാർ എന്താണ് കഴിക്കുന്നത്?"

തെല്ലിട എനിക്ക് ഒന്നും പറയാൻ കഴിഞ്ഞില്ല. അയാളുടെ ആകാര ഭംഗി അത്രമേൽ എന്നെ സ്വാധീനിച്ചു കഴിഞ്ഞിരുന്നു. കാണുന്ന ആളുക ളെയും ദൃശ്യങ്ങളെയുമൊക്കെ ഒരു ഫ്രെയിമിനുള്ളിലാക്കി സിനിമയുടെ സാദ്ധ്യതയിൽ നോക്കുന്നത് എന്റെ സവിശേഷ സ്വഭാവമായിരുന്നു.

തുടർന്ന് അവിടെ ചെലവഴിച്ച സമയത്തൊരിക്കലും എന്റെ ശ്രദ്ധ അവിടുത്തെ കലാവസ്തുക്കളിലോ സമീപമേശകളിലെ ബഹളങ്ങ ളിലേക്കോ തിരിഞ്ഞില്ല. ഞാൻ അയാളെ മാത്രം ശ്രദ്ധിച്ചുകൊണ്ടിരുന്നു. അതിഥികളോട് ഇടപഴകുന്നതിൽ അയാൾ പ്രകടിപ്പിച്ചിരുന്ന അതീവ ശ്രദ്ധയും ശരീരഭാഷയും അയാളുടെ വ്യക്തിത്വത്തിന്റെ ഏകദേശധാരണ ഉണ്ടാക്കുന്നതിൽ എന്നെ സഹായിച്ചു.

ആ യാത്രയിലുടനീളം ഞാൻ ജോബി മാത്യുവെന്ന അരവിന്ദ് സ്വാമിയെക്കുറിച്ചാണ് ചിന്തിച്ചത്. മടക്കയാത്രയിൽ സാഗരികയിലെത്തി അയാളോട് വിശദമായി സംസാരിക്കണമെന്നും അയാളെക്കുറിച്ച് കൂടുത ലറിയണമെന്നും തീരുമാനിച്ചുകൊണ്ടാണ് ഞാൻ പിന്നീട് ചുരം കയ റിയത്.

മഴ പല ഭാവത്തിലും താളത്തിലും പകർന്നാടിക്കൊണ്ടിരുന്ന ഒരു പകൽ നേരത്താണ് ഞാൻ സാഗരികയിൽ വീണ്ടുമെത്തിയത്. പുതച്ചു റങ്ങാൻ പ്രലോഭിപ്പിക്കുന്നതരത്തിലുള്ള അന്തരീക്ഷമായതുകൊ ണ്ടാവണം റസ്റ്റോറന്റിൽ വേറെ അതിഥികളാരുമുണ്ടായിരുന്നില്ല. എന്നെ കണ്ടപ്പോൾ തന്നെ ജോബി മാത്യു സൗഹൃദം കാണിച്ച് അടുത്തുവന്നു.

"പ്രിയപ്പെട്ട അരവിന്ദ് സ്വാമി താങ്കൾ ഇരിക്കൂ. ഒരല്പ നേരം താങ്കളോട് വർത്തമാനം പറഞ്ഞതിനുശേഷം ഭക്ഷണം കഴിക്കാമെന്നാണ് വിചാരിക്കുന്നത്." ഞാൻ പറഞ്ഞു.

"ക്ഷമിക്കണം സാർ ഗസ്റ്റിന്റെ മുമ്പിൽ ഞങ്ങൾ ഇരിക്കാൻ പാടില്ല." എന്റെ ക്ഷണം നിരസിച്ചുകൊണ്ട് അയാൾ പറഞ്ഞു.

അതീവ താല്പര്യത്തോടെയുള്ള എന്റെ ചോദ്യങ്ങൾക്ക് അയാൾ കുറഞ്ഞ വാക്കുകളിൽ മറുപടി പറഞ്ഞു. അതിൽ, അയാളുടെ ജീവിതം കറുപ്പും വെളുപ്പും വർണ്ണങ്ങളും ഇടകലർന്ന ചലനചിത്രങ്ങളായി എന്റെ മുന്നിൽ തെളിഞ്ഞുവന്നു.

കുടിയേറ്റ ഗ്രാമത്തിൽ അമ്മയ്ക്കും രണ്ടനിയത്തിമാർക്കും ആശ്ര യമായ യുവാവാണയാൾ. അനിയത്തിമാരിൽ ഒരാൾ ബാംഗ്ലൂരിൽ നഴ് സിങ് പഠിക്കുന്നു. സാമ്പത്തിക സൗകര്യമില്ലാത്തതുകൊണ്ട് സെമിനാരി സ്കൂളിലാണയാൾ പഠിച്ചത്. ദൈവഭയമുള്ള അയാൾ മദ്യം വിളമ്പുന്ന തൊഴിൽ ചെയ്യുന്നുവെങ്കിലും ജീവിതത്തിലൊരിക്കലും മദ്യപിച്ചിരുന്നില്ല.

എന്റെ ചെയ്യാനിരിക്കുന്ന സിനിമയിലൂടെ അയാളെ വെള്ളിത്തിരയിലെത്തിക്കും എന്ന ഉറച്ച തീരുമാനമെടുത്തുകൊണ്ടാണ് ഞാനന്ന് സാഗരികയിൽനിന്ന് പടിയറങ്ങിയത്.

ഹ്രസ്വമായ ഒരിടവേളയ്ക്ക് ശേഷം ഞാൻ സാഗരികയിലെത്തിയത് ജോബിയെ അവിടെനിന്ന് കൂട്ടിക്കൊണ്ട് പോകാനാണ്. പക്ഷേ, അപ്പോഴേക്കും അയാൾ അവിടം വിട്ടിരുന്നു.

അനുഭവസമ്പന്നനായ മാനേജർ പറഞ്ഞു: "ഇനി അയാളെ തിരക്കേണ്ട സാറേ, ഒരു പ്രഭാതത്തിൽ വന്ന് മറ്റൊരു പ്രഭാതത്തിൽ അപ്രത്യക്ഷരാകുന്നവരാണ് ഇത്തരം ഹോട്ടലുകളിലെ ജീവനക്കാരിലധികവും. പേരും വിലാസവുമൊക്കെ ശരിയാകണമെന്നുമില്ല."

രാകിമുന കൂർപ്പിച്ച ഒരു അസ്ത്രം ഹൃദയത്തിൽ തറച്ച വേദനയോടെയാണ് ഞാൻ സാഗരികയിൽ നിന്ന് തിരികെ പോയത്. സാഗരികയിലെ എന്റെ അവസാന സന്ദർശനവുമായിരുന്നു അത്.

ജീവിതത്തിന്റെയും സിനിമയുടെയുമൊക്കെ തിരക്കുകളിലേക്ക് എടുത്തെറിയപ്പെട്ട ഞാൻ ജോബിയെ മറന്നു. അത് സ്വാഭാവികമായ ഒരു ജീവിതക്രമവുമാണല്ലോ, ചിലപ്പോൾ വിജയത്തിന്റെ കൊടുമുടിയേറിക്കൊണ്ടും മറ്റ് ചിലപ്പോൾ പരാജയത്തിന്റെ നിലയില്ലാക്കയത്തിലേക്ക് ആഞ്ഞ് പതിച്ചുകൊണ്ടും ഞാനെന്റെ ചലച്ചിത്ര ജീവിതം തുടരുകയായിരുന്നു.

വാണിജ്യപരമായി നേട്ടമുണ്ടാക്കിയ ഒരു സിനിമയ്ക്ക് ശേഷമാണ്, എന്റെ പ്രിയപ്പെട്ട എഴുത്തുകാരന്റെ ആത്മകഥാപരമായ ഒരു നോവലിനെ ചലച്ചിത്ര വഴിയിലെത്തിക്കാനുള്ള തീവ്രശ്രമം തുടങ്ങിയത്. മഹാനഗരത്തിന്റെ അഴുക്കുചാലുകളിൽ നായ്ക്കളെപ്പോലെ ജീവിക്കുന്ന മനുഷ്യരുടെ കലഹത്തിന്റെയും സഹനത്തിന്റെയും കഥ പറയുന്ന സിനിമയുടെ പര്യവസാന ചിത്രീകരണത്തിനിടയിലാണ് പ്രൊഡക്ഷൻ മാനേജർ കൂട്ടികൊണ്ടുവന്ന മനുഷ്യക്കോലങ്ങളിൽനിന്ന് ഒരാൾ മുമ്പോട്ട് വന്ന് എന്നോട് പറഞ്ഞത്.

"സാറിനെ എനിക്കറിയാം പക്ഷേ, എന്നെ സാർ ഓർക്കുന്നുണ്ടാവില്ല." അമ്പരപ്പോടെ അയാളെ നോക്കിനിന്ന എന്നോട് അയാൾ പറഞ്ഞു.

"ഞാൻ ജോബി മാത്യുവാണ് സാർ, സാഗരികയിലുണ്ടായിരുന്ന, സാർ അരവിന്ദ് സ്വാമി എന്ന് വിളിച്ചിരുന്ന ജോബി."

അരവിന്ദ് സ്വാമിയെപ്പോലെ സുന്ദരനായിരുന്ന ഒരാളിൽ കുറഞ്ഞ വർഷങ്ങൾ കൊണ്ടുണ്ടായ രൂപ പരിണാമത്തിന്റെ നേർക്കാഴ്ചയിൽ ഞാൻ തരിച്ചുനിന്നു.

ഓർമ്മകൾ ഒരുപാട് വർഷങ്ങൾ പിന്നിലേക്ക് എന്നെ ബലമായി കൂട്ടിക്കൊണ്ട് പോയി. സ്കൂൾ വാർഷികാഘോഷ വേദിയിൽ ഒരു നാടകം അരങ്ങേറുകയാണ്.

ലിയനാർഡോ ഡാവിഞ്ചി എന്ന വിശ്വപ്രസിദ്ധ ചിത്രകാരന്റെ അവസാനത്തെ *അത്താഴം* എന്ന വിഖ്യാത രചനയുടെ പണിപ്പുരയിലേക്ക്,

ആദ്യം ക്രിസ്തുവിന്റെയും അവസാനം യൂദാസിന്റെയും മോഡലായി ഒരാളെത്തന്നെ കണ്ടെത്തിയ കഥയായിരുന്നു ആ നാടകത്തിന്റെ ഇതിവൃത്തം.

ജീവിതം പോലെ ആർത്തലച്ച് വീഴുന്ന തിരശ്ശീലയുടെ ഓർമ്മയിൽ ഞാൻ തളർന്നിരുന്നു.

ഖോ-ഖോ

ഇരുട്ടിന്റെ പരവതാനി നക്ഷത്രാങ്കിതമായ ആകാശത്തിന് കീഴെ വിടർന്നു കിടന്നു. ആളും ആരവവുമൊഴിഞ്ഞ കവല, ശവദാഹം കഴിഞ്ഞ് സന്ദർശകർ മടങ്ങിപ്പോയ മരണ വീടിനെ ഓർമ്മിപ്പിച്ചു.

നേരിയ തണുപ്പിന്റെ അകമ്പടിയോടെ വീശുന്ന കാറ്റിന്റെ താളത്തിനൊത്ത് വിവിധ പാർട്ടികളുടെ പല വർണ്ണക്കൊടികൾ പരസ്പരം സല്ലപിച്ചുനിന്നു. ഈ കൊടികളുടെ പേരിൽ രക്തപങ്കിലമായ എത്രയോ സംഘർഷങ്ങൾ നടന്ന കവലയാണിത്.

അവസാന വണ്ടിയിൽ എത്തുന്ന ഒടുവിലത്തെ ഇടപാടുകാരനെയും കാത്ത്, ചിതറിക്കത്തുന്ന റാന്തൽ പ്രകാശത്തിൽ, ഒറ്റ നിരപ്പലകമാത്രം ബാക്കിവച്ച് കവലയിലെ അവശേഷിക്കുന്ന പീടികക്കാരൻ നിരത്തിലേക്ക് പ്രതീക്ഷയോടെ കണ്ണ് നട്ടിരുന്നു.

പുലരി ആർട്സ് ആന്റ് സ്പോർട്സ് ക്ലബ്ബ് എന്നെഴുതി തൂക്കിയിട്ടിരുന്ന ദീർഘചതുരപ്പലകയിൽ, വരച്ച് വച്ചിരുന്ന കുങ്കമവർണ്ണ സൂര്യൻ നിറമടർന്ന് വികൃത ചിത്രമായി മാറിയിരുന്നു. കെട്ടിടത്തിന്റെ അരത്തിണ്ണയിൽ ഇരിക്കുന്നവരിൽ ഒരാൾ ശരീരത്തിന്റെ അഴകളവുകൾ വെളിപ്പെടുത്തും വിധം ഇറുകിയ മേൽക്കുപ്പായം ധരിച്ചിരുന്നു. പ്രത്യക്ഷത്തിൽ പ്രത്യേകതകളൊന്നുമില്ലാത്ത അപരൻ കട്ടിക്കണ്ണടയുടെ സഹായത്തോടെ വെളിച്ചത്തിലേക്ക് ഇടയ്ക്കിടെ നോക്കുന്നുണ്ടായിരുന്നു. തങ്ങൾ ആരെയോ കാത്തിരിക്കുന്നുവെന്ന് അവരുടെ ശരീരഭാഷ വെളിപ്പെടുത്തി.

അവസാന വണ്ടി കടന്നുപോയതിനൊപ്പം കടയിലെ വെളിച്ചവുമണഞ്ഞു. കവലയിൽ ഇരുളും നിശ്ശബ്ദതയും ആധിപത്യമുറപ്പിക്കുന്നതിൽ ഒത്തുതീർപ്പില്ലാത്തവിധം മത്സരിച്ചു. രാത്രിയിൽ കവല കൈയേറുന്ന തെ

രുവുപട്ടികളിലൊരാൾ ഉയർത്തിയ വിലാപ ശബ്ദം ഏറ്റെടുത്ത മറ്റ് നായ്ക്കൾ തങ്ങളുടെ സംഘബോധം പ്രകടിപ്പിച്ചുകൊണ്ട് അലമുറയിടുകയും ഒരു പ്രത്യേക ബിന്ദുവിൽ ഒരുമിച്ചവസാനിപ്പിക്കുകയും ചെയ്തു.

കൊടിയ നിശ്ശബ്ദതയെ അറുത്ത് മുറിച്ച് പ്രകമ്പനം കൊള്ളിക്കുന്ന ശബ്ദമുയർത്തി ഒരു റോയൽ എൻഫീൽഡ് ബൈക്ക് അവിടെയെത്തി. അതിൽനിന്ന് അനായാസം കാല് വീശി ഇറങ്ങിയ യുവാവ് അതിശയകരമാംവിധം മെലിഞ്ഞവനായിരുന്നു. ഇരുട്ടിൽ തിളങ്ങുന്ന അക്ഷരങ്ങളിൽ അയാളുടെ പേരെഴുതിയിരുന്ന ടീ ഷർട്ട് ശരീരത്തിലെ വിയർപ്പിൽ ഒട്ടിപിടിച്ച് കിടന്നു.

കണ്ണടക്കാരനും അയാളും ചിരപരിചിതരാണെന്ന് വെളിവാക്കും വിധം അവൾ ഗാഢാശ്ലേഷത്തിൽ അമർന്നു. ബൈക്കിലെത്തിയയാൾ നിശ്ശബ്ദതയെ മുറിച്ചു.

“ഇന്നൊരു കളിയുണ്ടായിരുന്നു. ടൈറ്റ് മത്സരമായിരുന്നു. കളിക്ക് ശേഷം ചെറിയ അലമ്പുണ്ടായി. അതാണ് വൈകിയത്.”

“നീ ഇപ്പോഴും ഖോ-ഖോ കളിക്കുന്നുണ്ടോ? ഞാൻ കരുതി നീ അതൊക്കെ വിട്ടു കളഞ്ഞെന്ന്.”

കണ്ണടക്കാരൻ സംശയമെറിഞ്ഞു.

“നമ്മളെ പിടിക്കാൻ വരുന്ന ഒൻപതുപേരെയും വെട്ടിച്ച് ഒരു സെറ്റ് മുഴുവൻ ഗ്രൗണ്ടിൽ നില്ക്കുന്നതിന്റെ ത്രില്ലുണ്ടല്ലോ? അതു പറഞ്ഞ് മനസ്സിലാക്കാനാവില്ല.”

കണ്ണടക്കാരൻ തെല്ലിട മൗനിയായി. പിന്നീട് ഒരു ഫിലോസഫി പറഞ്ഞു.

“ഖോ-ഖോ ഒരർത്ഥത്തിൽ ഇരയും വേട്ടക്കാരനും തമ്മിലുള്ള കളിയാണല്ലോ. അതിജീവനത്തിന്റെ കളി. പിടിക്കാൻ വരുന്നവരുടെ കൈയിൽ നിന്ന് പിടികൊടുക്കാതിരിക്കാനുള്ള മരണ വെപ്രാളത്തിന്റെ കളി.”

ബൈക്കിലെത്തിയ ഖോ-ഖോ കളിക്കാരൻ പറഞ്ഞു.

“പക്ഷേ, ഇവിടെ ചില കളി നിയമങ്ങളുമുണ്ട്. എങ്ങനെയുംവന്ന് ഇരയെ തൊടാനാവില്ല.”

“എല്ലാവരും കൂടി ഓടിച്ച് തളർത്തി നിസ്സഹായനാക്കുന്നു അല്ലേ.”

കണ്ണടക്കാരൻ മറ്റൊരു ചോദ്യമെറിഞ്ഞു.

“നമ്മുടെ പഴയ വെമ്പാല രാജൻ ഇപ്പോഴും കളിക്കുന്നുണ്ടോ?” കളിയുടെ അപ്രതീക്ഷിത നിമിഷങ്ങളിൽ അന്തരീക്ഷത്തിലൂടെ പറന്ന് തൊടുന്ന ഒന്നാന്തരം ചേസർ! സത്യം പറഞ്ഞാൽ ഖോ-ഖോ കളിയിൽ എന്റെ ഇഷ്ടതാരം അവനായിരുന്നു.

“അവന്റെ കാര്യമൊന്നും നീ അറിഞ്ഞില്ലേ! ഒരു കളിക്കിടയിൽ ഫ്ളയിങ് ടച്ചിന് ശ്രമിക്കുമ്പോൾ മുഖമടിച്ച് വീണ് പല്ലുകൾ മുഴുവൻ പറിഞ്ഞ് പോയി.”

അയാൾ ഒന്നു നിർത്തിയിട്ട് ഒരു കഥ അവസാനിപ്പിക്കുന്നതുപോലെ കൂട്ടിച്ചേർത്തു.

"ഇപ്പോൾ ലോട്ടറി വിറ്റാണ് ജീവിക്കുന്നത്."

ഈ സമയമെല്ലാം അവരുടെ സംഭാഷണത്തിൽ പങ്കുചേരാതിരുന്ന മൂന്നാമൻ, ഖോ-ഖോ കളിയെക്കുറിച്ചുള്ള അയാളുടെ ധാരണയില്ലായ്മ പ്രകടിപ്പിച്ചില്ല.

ഖോ-ഖോ കളിക്കാരന് മറ്റേയാളെ പരിചയപ്പെടുത്തിക്കൊണ്ട് കണ്ണട ക്കാരൻ പറഞ്ഞു.

"ഇതാണ് ഞാൻ ഫോണിൽ പറഞ്ഞ കക്ഷി.

ഇത് ഖത്തറിലുള്ള, നമ്മുടെ പഴയ സ്കൂൾ ചങ്ങാതി സുധീറിന്റെ കൂടെ ജോലി ചെയ്യുന്നയാളാണ്. വീട് കുറച്ച് വടക്കാണ്. ലീവ് കഴിഞ്ഞ് നാളെ മടങ്ങിപ്പോവുകയാണ്."

മറ്റ് ചില കാര്യങ്ങൾ അവർ നേരത്തെ സംസാരിച്ചിരുന്നുവെന്ന് സംഭാഷണം പകുതിയിൽ മുറിച്ചതിൽനിന്ന് ഗൾഫുകാരൻ മനസ്സിലാക്കി.

കണ്ണടക്കാരൻ വിശദീകരണം പോലെ പറഞ്ഞു.

"സുധീർ ഇങ്ങനെയൊരു കാര്യം പറഞ്ഞ് എന്നെ വിളിച്ചപ്പോൾ നിന്റെ മുഖം മാത്രമാണ് എന്റെ മുമ്പിൽ തെളിഞ്ഞ് വന്നത്."

ഖോ-ഖോ കളിക്കാരൻ ഒന്നുകൂടി ഉത്തേജിതനായി മൂന്നാമനോട് ചോദിച്ചു.

"ചങ്ങാതി ഇതു ആദ്യമായല്ലല്ലോ?"

അന്നേരം സമർത്ഥനായ ഒരു റണ്ണറെപ്പോലെ ചെറിയൊരു തോൾ ചലനം കൊണ്ട് ആ ചോദ്യത്തിൽ നിന്ന് അയാൾ വെട്ടിയൊഴിഞ്ഞുമാറി. നിർവ്വികാരമായ മുഖത്തുനിന്ന് ഒരു സൂചനയും വായിച്ചെടുക്കാനായില്ല.

ഖോ-ഖോ കളിക്കാരൻ പറഞ്ഞു.

"അവിടെയെത്താൻ രണ്ട് വഴികളുണ്ട്. നമുക്ക് രണ്ടാമത്തെ വഴിയി ലൂടെ പോകാം. ആദ്യത്തെ വഴിയിൽ ചില സദാചാര പാർട്ടികളുണ്ട്."

ചിലമ്പിച്ച സ്വരത്തിൽ പൊട്ടിച്ചിരിച്ചുകൊണ്ട് അയാൾ തുടർന്നു. "സ്വന്തം വീടിന്റെ മുൻവാതിൽ മറ്റുള്ളവർക്കുവേണ്ടി തുറന്ന് കൊടുത്തിട്ട് അയൽ വീടിന്റെ പിൻവാതിലിൽ കാവൽനില്ക്കുന്ന സദാചാര രാമന്മാർ."

കണ്ണടക്കാരൻ മുൻകൂർ ജാമ്യമെടുത്തു.

"എനിക്ക് ആ വഴിയൊന്നും പരിചയമില്ല കേട്ടോ."

ഖോ-ഖോ കളിക്കാരൻ സഹകളിക്കാരനോട് ഗെയിം പ്ലാൻ വിശദീ കരിക്കുന്നതുപോലെ പറഞ്ഞു.

"രണ്ടാമത്തെ വഴിയിൽ കുറച്ച് റിസ്കുണ്ട്. കയറ്റം കയറിപ്പോകുന്ന വീതികുറഞ്ഞ പാതയുടെ അങ്ങേയറ്റത്ത് ഒരു വശത്ത് അഗാധമായ ഒരു കുഴിയുണ്ട്. ബൈപ്പാസ് റോഡിന് മണ്ണെടുത്ത് പാതാളമായതാണ്. ഒന്ന് പാളിപ്പോയാൽ എല്ലുംപൊടിയും കിട്ടൂല."

മൂന്നാമൻ എന്തെങ്കിലും സംശയമുന്നയിക്കുകയോ, സൗഹൃദസംഭാഷണത്തിന് മുതിരുകയോ ചെയ്തില്ല.

ആട്ടോറിക്ഷ ഒറ്റയടിക്ക് സ്റ്റാർട്ടാക്കി മുന്നോട്ട് കുതിക്കാനുള്ള ഊർജ്ജമെടുത്ത് കണ്ണടക്കാരൻ ഡ്രൈവറുടെ സീറ്റിൽ ഉറച്ചിരുന്നു.

ജീവിതം പോലെ കയറ്റിറക്കങ്ങളും, വളവുതിരിവുകളുമുള്ള ഗ്രാമപാതയിലുടെ ആട്ടോറിക്ഷ ആത്മവിശ്വാസത്തോടെ സഞ്ചരിച്ചു. കുന്നിൻമുകളിലെ ചെറുതായി തോന്നിപ്പിക്കുന്ന വീടുകളിലെ വിളക്കുകൾ മിന്നാമിനുങ്ങുകളെപ്പോലെ മങ്ങിയും തെളിഞ്ഞും കത്തി.

അടുത്തിടെ ട്യൂൺ ചെയ്തുവച്ച് സൈലൻസറിൽനിന്ന് ചെണ്ടയുടെ താളത്തിന് സമാനമായുയരുന്ന ശബ്ദത്തിന് മുകളിലായി ഖോ-ഖോ കളിക്കാരന്റെ ശബ്ദമുയർന്നു.

“സുഹൃത്തിന് പേടിയൊന്നുമില്ലല്ലോ?”

നിസ്സംഗതകൊണ്ട് തന്നെ ആ ചോദ്യത്തിനെയും ഗൾഫുകാരൻ നേരിട്ടു.

അയാൾ പ്രതികരിച്ചില്ല.

ഇരുവശത്തും റബ്ബർ മരങ്ങൾ മരിച്ചു നില്ക്കുന്ന വളവ് തിരിഞ്ഞ് വണ്ടിയെത്തിയപ്പോൾ ഖോ-ഖോ കളിക്കാരൻ കണ്ണടക്കാരന്റെ തോളത്ത് സാമാന്യംശക്തിയിൽതട്ടി. അതിലെ സൂചന തിരിച്ചറിഞ്ഞ കണ്ണടക്കാരൻ വണ്ടി വശത്തേക്ക് മാറ്റി നിറുത്തി.

കോൺക്രീറ്റോ ഓടോ എന്ന് ഉറപ്പിച്ച് പറയാൻ പറ്റാത്ത, ചുവരുകളിൽ പായൽ അസംബന്ധ ചിത്രങ്ങൾ ആലേഖനം ചെയ്തിരുന്ന ഒരു കെട്ടിടത്തിന്റെ ഒറ്റപ്പാളി മാത്രം തുറന്ന് കിടന്ന ജാലകത്തിലൂടെ ഖോ-ഖോ കളിക്കാരൻ കൈ അകത്തേക്കിട്ടു.

അവിടെനിന്ന് ആട്ടോറിക്ഷയിലിരിക്കുന്ന ഗൾഫുകാരന് നേർക്ക് ഒരു ചോദ്യമെറിഞ്ഞു.

“ഒരു ഗ്ലാസ് എടുക്കുന്നോ? ഒരു ധൈര്യത്തിന്”

ആ പ്രലോഭനത്തിന് മുന്നിലും ഗൾഫുകാരന്റെ മൗനം അയഞ്ഞില്ല. ചോദ്യത്തെ അവഗണിച്ച അയാൾ തന്റെ വാച്ചിൽ നോക്കി സമയം തിട്ടപ്പെടുത്തി.

തിളപ്പിച്ച കഷായം കുടിച്ചതിന്റെ ഭാവപ്രകടനം നടത്തിക്കൊണ്ട് ഖോ-ഖോ കളിക്കാരൻ വണ്ടിയിൽ വന്ന് കയറി.

“നമ്മൾ എത്താറായി.”

ഭൂതകാലത്തിലൊരിക്കൽ സമൃദ്ധമായ കൃഷിയിടങ്ങളായിരുന്നുവെന്നതിന്റെ ചില അടയാളങ്ങൾ അവശേഷിച്ചിരുന്ന പ്രദേശത്ത് ആട്ടോറിക്ഷ കരഞ്ഞു നിന്നു. അവിടെ നിന്ന് കുന്നിൻ മുകളിലേക്ക് കയറാൻ തുടങ്ങിയ ഖോ-ഖോ കളിക്കാരന് പിറകിലായി കണ്ണടക്കാരനും തെല്ലകന്ന് സന്ദേഹത്തിന്റെചുവടുകളുമായി ഗൾഫുകാരനും നടന്നു.

ദുർഘടം പിടിച്ച കുത്തനെയുള്ള ഈ ഒറ്റയടിപ്പാതയിലെ സഞ്ചാരികൾ അധികവും ലക്ഷ്യം വയ്ക്കുന്നത് കുന്നിൻ മുകളിലെ ആ വീടിനെ തന്നെയെന്ന കാര്യം ഉറപ്പാണ്.

വിദേശവാസിയായ അതിഥിക്ക് വല്ലാതെ ദാഹിച്ചു. അടുത്തകാലത്തൊന്നും ഇത്രയും ശ്രമകരമായ ഒരു ദൗത്യത്തിൽ അയാൾ ഏർപ്പെട്ടിട്ടില്ല എന്നത് ഉറപ്പിക്കുന്നതായിരുന്നു അയാളുടെ ചലനങ്ങൾ.

വൈകുന്നേരത്തെ ഖോ-ഖോ കളിയുടെയും വഴിയരികിൽനിന്ന് ലഭിച്ച ഉത്തേജകത്തിന്റെയും ആവേശം മനസ്സിലും ശരീരത്തിലും അവശേഷിച്ചിരുന്നത് കൊണ്ട് കൂടുതൽ ഉത്സാഹിയായി ഖോ-ഖോ കളിക്കാരൻ അവരെ നയിച്ചു.

വീടിന്റെ സമീപദൃശ്യം മുന്നിൽ തെളിഞ്ഞ മാത്രയിൽ ഖോ-ഖോ കളിക്കാരൻ നടത്തം മതിയാക്കി. വലതുവശത്ത് അയാൾ കൈ ചൂണ്ടിയ ഭാഗത്തേക്ക് കണ്ണടക്കാരനും അയാളുടെ അതിഥിയും കണ്ണെറിഞ്ഞു. അൻപതടിയിലേറെ താഴ്ച വരുന്ന അഗാധ ഗർത്തത്തിന്റെ കാഴ്ചയിൽ കണ്ണടക്കാരൻ തന്റെ നോട്ടം പിൻവലിച്ച് ശ്രദ്ധാപൂർവ്വം വീടിന്റെ മുറ്റത്തേക്ക് നീങ്ങി.

മൺചുവരുകൾ ചാണകം തേച്ച് മെഴുകിയ ഓലപ്പുരയുടെ പരിസരത്ത് ദുരൂഹമായ നിശ്ശബ്ദത വളർന്നു നിന്നു. വെളിച്ചത്തിന്റെ പൊട്ടുകളിൽനിന്ന് ആടുകളുടെയും കോഴികളുടെയും സാന്നിദ്ധ്യത്തിനൊപ്പം തിരിച്ചറിയാനാവാത്ത ഏതെല്ലാമോ ഗന്ധങ്ങളും പരന്നു.

കണ്ണടക്കാരന് മനംപുരട്ടി. ഛർദ്ദിച്ചേക്കുമെന്ന ഭീതി അയാളെ വല്ലാതെ ഉലച്ചു

ചെറിയ പലകകൾ നിരത്തി അടിച്ചുറപ്പിച്ച വാതിലിന് വശത്തായി തൊണ്ണൂറു കഴിഞ്ഞ സ്ത്രീ രൂപം ഒടിഞ്ഞ് മടങ്ങി കിടക്കുന്നു. ആയിരം വാവുകൾ കണ്ട കണ്ണുകൾ പാതി തുറന്ന്, വിളറിയ ആകാശത്തേക്ക് നോക്കി, ഉപയോഗിച്ച് വലിച്ചെറിഞ്ഞ പഴന്തുണിക്കെട്ട് പോലെ അവർ ആയാസത്തോടെ ചുമച്ച് കിടന്നു.

ഖോ-ഖോ കളിക്കാരൻ ചെറിയ ഒച്ചയിൽ തട്ടിയ മരവാതിൽ തുറക്കാൻ ചില നിമിഷങ്ങളെടുത്തു. രണ്ട് നിഴലുകൾ പരസ്പരം സംസാരിച്ചു തീർപ്പിലെത്തുന്നതും നോക്കി ഉദ്വേഗത്തോടെ കണ്ണടക്കാരനും അതിഥിയും നിന്നു.

ഖോ-ഖോ കളിക്കാരന്റെ നിർദ്ദേശങ്ങൾ ഏറ്റുവാങ്ങിയ ഗൾഫുകാരൻ തുറന്നു കിടന്ന വാതിലിനുള്ളിലേക്ക് കയറിപ്പോയി. അയാൾക്ക് പിന്നിൽ മരവാതിൽ സാവധാനം അടഞ്ഞു.

ആശ്വാസത്തോടെ കണ്ണടക്കാരൻ മുറ്റത്ത് കിടന്ന കരിങ്കല്ലിൽ ചാരി, കിടക്കുന്നതുപോലെ ഇരുന്നു.

ഖോ-ഖോ കളിക്കാരൻ കാലുറയിലെ കീശയിൽനിന്ന് ഒരു സിഗറ

റ്റെടുത്ത് കത്തിച്ച് ആർത്തിയോടെ പുകയൂതിവിടാൻ തുടങ്ങി.

വീടിനുള്ളിലെത്തിയ ഗൾഫുകാരൻ അകത്തെ മങ്ങിയ വെളിച്ചത്തിൽ ദിക്കറിയാത്ത നാവികനെപ്പോലെ ഉഴറി. മണ്ണെണ്ണവിളക്കിന്റെ തിരി ഉയർന്ന് വന്നതിനൊപ്പം അയാളുടെ കാഴ്ചയും സാവധാനം തെളിഞ്ഞു തുടങ്ങി.

മുഷിഞ്ഞ തുണികളും കരിപിടിച്ച, പൊട്ടിപ്പോയ പാത്രങ്ങളും അലക്ഷ്യമായിട്ടിരുന്ന വീടിനുള്ളിൽ അറപ്പുളവാക്കുന്ന പെൺമണം ഒഴുകിപ്പരന്നു. അസ്വസ്ഥതയോടെ പുറത്തേക്കുള്ള വാതിൽ തേടി നീങ്ങിയ അയാൾക്കു മുന്നിൽ നിലത്തുനിന്ന് ഉയർന്നുവന്ന സ്ത്രീരൂപത്തിന്റെ കൈയിൽ തുണിയിൽ പൊതിഞ്ഞ ദിവസങ്ങൾ മാത്രം പ്രായമുള്ള ഒരു കുഞ്ഞുമുണ്ടായിരുന്നു. വറ്റിപ്പോയ മുലകളിൽനിന്ന് കിട്ടാത്ത പാലിന് വേണ്ടി കുട്ടി ആക്രാന്തത്തോടെ വൃഥാ ശ്രമിച്ചുകൊണ്ടിരുന്നു. പരാക്രമത്തിനൊടുവിൽ കുഞ്ഞ് ക്ഷീണിച്ച് മയങ്ങാൻ തുടങ്ങി.

മൺചുവരുകളിൽ അള്ളിപ്പിടിച്ചെഴുന്നേറ്റ മനുഷ്യക്കോലം അയാളോട് ദീനമായി പറഞ്ഞു.

“കുറച്ചുനേരം കുഞ്ഞിനെ തോളിൽ കിടത്തുമോ. തറയിൽ കിടത്തിയാൽ കുഞ്ഞ് ഉണർന്ന് നിലവിളിക്കാൻ തുടങ്ങും.”

നിർണ്ണായകമായ മുഹൂർത്തത്തിൽ സംഭാഷണം മറന്നുപോയ കഥാപാത്രത്തെപ്പോലെ നിന്ന അയാളോട് അവർ പറഞ്ഞു.

“എത്രയോ ദിവസങ്ങളായി ഞാൻ ഉറങ്ങിയിട്ട്. ഇത്തിരി നേരം ഞാനൊന്ന് കണ്ണടച്ചോട്ടെ.”

സമ്മതത്തിന് കാത്തുനില്ക്കാതെ കുഞ്ഞിനെ അയാൾക്ക് കൈമാറിയിട്ട് സ്ത്രീ ചുമരിനോട് ചേർന്ന് കിടന്ന് ഉറങ്ങാൻ തുടങ്ങി.

പുറത്ത് തെളിഞ്ഞു വരുന്ന നിലാവിൽ കണ്ണടക്കാരൻ വീട്ടിൽ വൈകിയെത്തിയാലുണ്ടാകുന്ന പ്രയാസങ്ങളെക്കുറിച്ച് ആലോചിച്ച് നഖം കടിച്ചിരുന്നു.

ഖോ-ഖോ കളിക്കാരൻ വലിച്ചെറിഞ്ഞ സിഗററ്റ് കുറ്റിക്ക് വേണ്ടി പരതി.

അവരുടെ മുന്നിലേക്ക് താഴെനിന്ന് വല്ലാതെ പരിഭ്രമിച്ചു കയറിയെത്തിയ ഒരു സന്ദർശകനെത്തി. അമിതമായി മദ്യപിച്ചിരുന്ന അയാൾ നിലത്തുറയ്ക്കാത്ത കാലുകളുമായി ആടിയാടി നിന്നു

ഏറെ സമയത്തിനുശേഷം ഞരങ്ങിതുറന്ന മരവാതിലിലൂടെ ഗൾഫുകാരൻ പുറത്തിറങ്ങുമ്പോൾ ഖോ-ഖോ കളിക്കാരനും കണ്ണടക്കാരനും ആശ്വാസത്തോടെ ചാടിയെഴുന്നേറ്റു.

ഒടുവിലെത്തിയ അപരിചിതൻ താമസിച്ചിറങ്ങിയതിന്റെ ഈർഷ്യ പിറുപിറുക്കലിലൂടെ പ്രകടിപ്പിച്ച് കൊണ്ട് ഗൾഫുകാരനെ കടന്ന് വാതിൽ ലക്ഷ്യമിട്ട് നീങ്ങി.

ഞൊടിയിടയിൽ പോൾ ഡൈവ്[1] ചെയ്തുവരുന്ന ചേസറെപ്പോലെ ഗൾഫുകാരൻ അപരിചിതനെ തൂക്കി താഴെ നിലയില്ലാത്ത കൊക്കയിലേക്ക് വലിച്ചെറിഞ്ഞു.

വലിയൊരലർച്ചയിൽ തുടങ്ങി ഒരു ദീനരോദനമായി ആ നിലവിളി താഴ്വരയിൽ അമർന്നു താഴ്ന്നു.

തരിച്ച് നിന്ന ഖോ-ഖോ കളിക്കാരനും, കണ്ണടക്കാരനും ധൃതിയിൽ എന്നാൽ കരുതലോടെ കുന്നിറങ്ങാൻ തുടങ്ങി.

അവരെ അവഗണിച്ച് റബ്ബറിലകൾ മെത്തവിരിച്ചിട്ടിരിക്കുന്ന എതിർ ദിശയിലെ നേർപാതയിലൂടെ അയാൾ സാവധാനം നടന്നു മറഞ്ഞു.

1. പോൾ ഡൈവ് - റണ്ണറെ തൊടാൻ ശ്രമിക്കുന്ന ചേസറുടെ ശ്രമകരമായ രീതികളിലൊന്ന്.

കഥയിൽനിന്നുയരുന്ന ചോദ്യങ്ങൾ

കഥയെന്നെഴുതി അടിവരയിട്ടതിനുശേഷം അതിനുതാഴെ ജീവിതമെഴുതാമോ എന്ന സങ്കീർണ്ണമായ ഒരു ചോദ്യവുമായാണ് ശശി ശേഖരൻനായർ തിങ്കളാഴ്ച രാവിലെ ജോൺ സാമുവലിന്റെ കടയി ലെത്തിയത്.

മാസാവസാന ദിവസമായതിനാൽ കടയിലെ ചില ചെറിയ ചെറിയ കണക്കുകൾ കൂട്ടിയും കുറച്ചുമൊക്കെയിരിക്കുകയായിരുന്നു അന്നേരം ജോൺ സാമുവൽ.

മുഖമുയർത്തുമ്പോൾ, പതിവുപോലെ തൂവെള്ള ഖദർമുണ്ടും മുട്ടിന് താഴെ ഇറങ്ങിക്കിടക്കുന്ന നീളൻ ജുബ്ബയും കഴുത്തിൽ ചുറ്റിയിട്ടിരിക്കുന്ന നീലവരയൻ രണ്ടാം മുണ്ടുമായി തെല്ലൊരു പരിഭ്രാന്തി നിറഞ്ഞ മുഖവു മായി ശശിശേഖരൻനായർ മുന്നിലുണ്ട്. അയാൾ വന്നിറങ്ങിയ തൊള്ളാ യിരത്തി അറുപത് മോഡൽ ഹെർക്കുലീസ് സൈക്കിൾ വെയിൽ തിളക്കത്തിൽ മതിലിനരികിൽ വിശ്രമിച്ചു.

ശശിശേഖരൻനായരുമായി ജോൺ സാമുവൽ പരിചയത്തിലായിട്ട് അധിക കാലമായിട്ടില്ല. സെക്രട്ടേറിയറ്റിലെ ജോയിന്റ് സെക്രട്ടറി പദവി യിൽനിന്ന് പെൻഷൻ പറ്റിയതിനുശേഷം നിരത്തോരത്ത് വീടിനോട് ചേർന്ന മുറിയിൽ അത്യാവശ്യം ചില സ്റ്റേഷനറി സാധനങ്ങളുമായി ഒരു ഡി റ്റി പി സെന്റർ നടത്തുകയായിരുന്നു ജോൺ സാമുവൽ.

സർവ്വീസിലുണ്ടായിരുന്ന കാലത്തൊരിക്കൽപ്പോലും ആർക്കെങ്കിലും എന്തെങ്കിലും സഹായം ചെയ്തുവെന്ന് ജോൺ സാമുവൽ അവകാശ പ്പെടുകയില്ല. വേണ്ടപ്പെട്ടവർക്ക് പച്ച മഷികൊണ്ട് ഒരു സർട്ടിഫിക്കറ്റ് സാക്ഷ്യപ്പെടുത്താൻപോലും തയ്യാറായിട്ടുമില്ല.

പത്രവായന, കാന്റീനിലിരുന്ന് ആനുകാലിക രാഷ്ട്രീയ സംഭവ

വികാസങ്ങളെക്കുറിച്ചുള്ള സമയംകൊല്ലി ചർച്ച, ഉച്ചവിശ്രമ സമയത്തെ കാരംസ് കളി തുടങ്ങി സെക്രട്ടേറിയേറ്റിലെ പതിവുപരിപാടികളിൽനിന്ന് മാറിനടക്കാൻ എല്ലാക്കാലത്തും ജോൺ സാമുവൽ ശ്രദ്ധിച്ചിരുന്നു. അക്കാരണംകൊണ്ടുതന്നെ സർവ്വീസിന്റെ അവസാനദിവസം ആഘോഷപൂർവ്വം വീട്ടിൽ കൊണ്ടാക്കാൻ സഹപ്രവർത്തകർ ആരും വന്നില്ലെന്നു മാത്രമല്ല, മാധവൻതമ്പിയുടെ കടയിൽനിന്നുള്ള നിലവിളക്ക് സമ്മാനമായി നല്കുകയും ചെയ്തില്ല. എല്ലാത്തിനുമുപരി ജോൺ സാമുവലിന്റെ സേവനകാല ചരിത്രത്തെ ഇല്ലാക്കഥകൾ കൊണ്ട് മഹത്ത്വപ്പെടുത്തുന്ന യാത്രയയപ്പ് യോഗവും ഉണ്ടായില്ല.

പകൽസമയങ്ങളിൽ വീട്ടിലിരുന്ന് പെട്ടെന്ന് നരച്ചുതുടങ്ങിയപ്പോഴാണ് ജോൺ സാമുവൽ താൻ ജീവിച്ച ജീവിതത്തെക്കുറിച്ച് തിരിഞ്ഞു നോക്കാൻ തുടങ്ങിയത്. കുറച്ചുകൂടി സ്വർഗ്ഗാത്മകമായി ജീവിക്കാമായിരുന്നുവെന്ന് നിരാശയോടെ ചിന്തിക്കാൻ തുടങ്ങിയതും അക്കാലത്താണ്.

ജോൺ സാമുവലിനെക്കാളും ദൈവത്തിനെ വിശ്വാസത്തിലെടുത്തിരുന്ന ഭാര്യ ഏകമകളുടെ പ്രസവ ശുശ്രൂഷയ്ക്കായി ഗൾഫിലേക്ക് പോവുകയും, അവിടെ കിട്ടിയ പുതിയ ജീവിതത്തിൽ സംതൃപ്തയാവുകയും ചെയ്തപ്പോഴാണ് ജോൺ സാമുവൽ പുതിയ സംരംഭത്തെക്കുറിച്ച് ഗൗരവമായി ആലോചിച്ച് തുടങ്ങിയത്.

ചെറിയ മുതൽ മുടക്കിൽ ചെയ്യാവുന്ന *അൻപത്തിയൊന്ന് ബിസിനസുകൾ* എന്ന പുസ്തകം ട്രഷറിയിൽ പോയി മടങ്ങുമ്പോൾ, സ്റ്റാച്യുവിൽ രമേശന്റെ പുസ്തകത്തട്ടിൽനിന്നും വാങ്ങി വായിച്ച ജോൺ സാമുവൽ, തിരിഞ്ഞും മറിഞ്ഞുമുള്ള ആലോചനകൾക്കൊടുവിൽ കാർ ഷെഡിനോട് ചേർന്ന ഒറ്റമുറിയിലെ കച്ചവടത്തെക്കുറിച്ച് തീരുമാനമെടുത്തു.

ഒരു വളവിനപ്പുറം സബ് രജിസ്ട്രാർ ആപ്പീസും, അതിനോടൊപ്പം മൂന്നോ നാലോ ആധാരമെഴുത്താഫീസുകളും ഉള്ളതുകൊണ്ട് അവിടത്തെ സന്ദർശകരായിരുന്നു ജോൺ സാമുവലിന്റെ കടയിലെ പ്രധാന ഇടപാടുകാർ. ഒരു ഫോട്ടോസ്റ്റാറ്റ് യന്ത്രവും, മൂന്ന് കമ്പ്യൂട്ടറുകളും വാങ്ങിയ അയാൾ, പത്ര പരസ്യവും നല്കി നിയമിച്ച ഒരു പെൺകുട്ടിയെ അതിന്റെയൊക്കെ ചുമതല ഏല്പിക്കുകയും ചെയ്തു.

ശശിശേഖരൻനായർ ആദ്യമായി കടയിലെത്തിയ ദിവസം ജോൺ സാമുവൽ നന്നായി ഓർക്കുന്നുണ്ട്. വസ്ത്രധാരണത്തിലും പെരുമാറ്റത്തിലും ഒരു നാല്പത്തിയഞ്ച് വയസ്സുകാരനിൽനിന്ന് പ്രതീക്ഷിക്കുന്നതിനേക്കാൾ വ്യത്യസ്തനായ ശശിശേഖരൻനായർ ഒറ്റനോട്ടത്തിൽ തന്നെ മറ്റുള്ളവരുടെ സവിശേഷ ശ്രദ്ധ ആകർഷിച്ചിരുന്നു.

അച്ഛൻകിളി എന്ന് അടുത്തറിയാവുന്നവർ രഹസ്യമായി വിളിച്ചിരുന്ന അയാൾ മരിച്ചുപോയ അയാളുടെ അച്ഛന്റെ തനിപകർപ്പായിരുന്നു. ആധാരമെഴുത്തുകാരനായിരുന്ന അച്ഛൻ ഖദർവേഷധാരിയും സൈക്കിൾ സവാരിക്കാരനുമായിരുന്നു. ദിനചര്യകളിൽ കർശന നിഷ്ഠകൾ പാലിച്ചു പോന്ന അച്ഛന്റെ വഴികളിലൂടെ നടക്കുക എന്നത് ശശിശേഖരൻനായർ

അഭിമാനമായി കാണുകയും അതിന്റെ പേരിൽ ചില പ്രശ്നങ്ങൾ നിത്യ ജീവിതത്തിൽ നേരിടേണ്ടിവരുകയും ചെയ്തു.

ജോൺ സാമുവലിനെക്കുറിച്ച് ശശിശേഖരൻനായർക്ക് ചില മുൻ ധാരണകൾ ഉണ്ടായിരുന്നു. സെക്രട്ടേറിയറ്റിലെ ഉന്നതപദവിയിലിരുന്ന ആൾ എന്നതാവാം ഒരുപക്ഷേ, അയാളുടെ അത്തരം വിശ്വാസങ്ങൾക്ക് ബലമേകിയത്.

ജോൺ സാമുവൽ പഠനകാലത്തൊരിക്കൽപ്പോലും സാഹിത്യസംബ ന്ധമായ എന്തെങ്കിലും ഇടപെടലുകൾ എവിടെയെങ്കിലും നടത്തിയതായി ഒരാരോപണം ഉണ്ടായിട്ടില്ല.

സർക്കാർ ഉദ്യോഗസ്ഥരോട് പൊതുവെ മതിപ്പുണ്ടായിരുന്ന, അല്ലാ ത്തവർക്ക് ഇന്നാട്ടിൽ വലിയ കാര്യമൊന്നുമില്ലെന്ന് ദൃഢമായി വിശ്വസി ച്ചിരുന്ന ജോൺ സാമുവലും, ശശിശേഖരൻനായരും ഒരു ആരോഗ്യ കരമായ സൗഹൃദം ഉണ്ടാക്കിയെടുത്തത് അങ്ങനെയാണ്.

ശശിശേഖരൻനായർ ആളൊഴിഞ്ഞ നേരം കടയിലെത്തി സ്വകാര്യ മായി ചില ചിന്തകൾ ജോൺ സാമുവലിനോട് പങ്കുവച്ചിരുന്നു. ഓരോ തവണയും പുതിയ സംശയങ്ങളുമായി എത്തുക എന്നതായിരുന്നു ശശി ശേഖരൻനായരുടെ രീതി.

സബ് രജിസ്ട്രാർ ആപ്പീസിലെ കാലങ്ങളായി തുടർന്നുവരുന്ന പല രീതികളോടും പൊരുത്തപ്പെടാൻ ശശിശേഖരൻനായർക്ക് ഇക്കാലത്തി നിടയിൽ കഴിഞ്ഞിട്ടില്ല. കമ്പ്യൂട്ടറിന്റെ സഹായത്തോടെയുള്ള ദൈനംദിന പ്രവർത്തനങ്ങളിൽ അയാൾ ആശങ്കപ്പെടുകയും ചെയ്തിരുന്നു.

അച്ഛന്റെ കൈയക്ഷരത്തിന്റെ മാതൃക അതേപടി അനുകരിച്ചിരുന്ന ശശിശേഖരൻനായർ, രാജകീയ കൈപ്പട എന്നായിരുന്നു അതിനെപ്പറ്റി പറഞ്ഞിരുന്നത്. രാജഭക്തിയുടെ കാര്യത്തിലും അച്ഛൻ തന്നെയായിരുന്നു അയാളുടെ മാതൃക.

ശശിശേഖരൻനായരുടെ ഭാര്യക്ക് ഈ വിചിത്ര രീതികളോട് പൊരു ത്തപ്പെടുവാനാവുമായിരുന്നില്ല. രണ്ടാം മുണ്ടും തോളിലിട്ട് നടക്കുന്ന അയാളോടൊപ്പം സഞ്ചരിക്കാതിരിക്കാൻ അവർ പരമാവധി ശ്രമിച്ചിരുന്നു.

മകൾക്ക് പേരിടുന്നതിൽ തുടങ്ങിയ അഭിപ്രായവ്യത്യാസം അച്ഛനെ പ്പോലെത്തന്നെ പുരുഷാധിപത്യത്തിൽ അടിയുറച്ച് വിശ്വസിച്ചിരുന്ന ശശി ശേഖരൻനായർ, സകല എതിർപ്പുകളെയും മറികടന്ന് അയാളുടെ അമ്മൂ മ്മയുടെ പേരാണ് മകൾക്ക് നല്കിയത്.

നഗരപ്രാന്തത്തിലാണ് താമസിക്കുന്നത് എന്നതുകൊണ്ടുതന്നെ നഗ രത്തിലെ പ്രശസ്തമായ ഏതെങ്കിലും സ്കൂളിൽ മകളെ പഠിപ്പിക്കണമെന്ന ഭാര്യയുടെ ആഗ്രഹത്തെ അവഗണിച്ചുകൊണ്ട് ഏതുസമയവും പൂട്ടി പ്പോയേക്കാവുന്ന, അച്ഛനും അയാളും പഠിച്ച സർക്കാർ പള്ളിക്കൂടത്തിൽ മകളെ ചേർക്കുകയും ചെയ്തു.

ശശിശേഖരൻനായർ, ജോൺ സാമുവലിനോട് പലപ്പോഴായി പറഞ്ഞ ചില സംഭവങ്ങളിലൂടെ കണ്ണോടിക്കുന്നത് ഇത്തരുണത്തിൽ

അയാളുടെ സവിശേഷ സ്വഭാവ ചിത്രീകരണത്തിന് സഹായകമാകുമെന്ന് കരുതുന്നു.

മരണവീടുകൾ സന്ദർശിക്കുന്ന ശശിശേഖരൻനായർ ശവശരീരത്തിന് മുകളിൽ വയ്ക്കാൻ റീത്തുമായെത്തുന്ന ആളുകളെ സ്നേഹത്തോടെ പിന്തിരിപ്പിക്കാറുണ്ട്. നാട്ടിലെ സകല മാലിന്യങ്ങളിലൂടെയും കയറിയിറങ്ങി തേഞ്ഞുതീരുമ്പോൾ ഉടമസ്ഥൻ വലിച്ചെറിയുന്ന നാറുന്ന ടയറുകൾക്ക് മുകളിൽ തോവാളയിൽനിന്ന് കൊണ്ടുവരുന്ന വിലകുറഞ്ഞ പൂക്കൾ കെട്ടിയലങ്കരിക്കുന്ന റീത്തുകളെക്കുറിച്ച് അവിടെ നില്ക്കുന്നവരോട് ലഘുപ്രഭാഷണം നടത്തുകയും ചെയ്യും.

ശശിശേഖരൻനായരുടെ അച്ഛനെ ബഹുമാനിച്ചിരുന്ന ചില ആളുകൾ അത് കണ്ടില്ലെന്ന് നടിക്കുമെങ്കിലും മറ്റ് ചിലയിടങ്ങളിൽനിന്ന് വിപരീതാനുഭവം ഉണ്ടാവുകയും അതിന്റെ ഫലമായി ബലമായി ഇറക്കിവിടപ്പെടുകയും ചെയ്തിട്ടുണ്ട്.

എന്തായാലും ശശിശേഖരൻനായരുടെ ഒരു ചോദ്യത്തിനെങ്കിലും മറുപടി നല്കണമെന്ന് ഉറപ്പിച്ച ജോൺ സാമുവൽ ഡി റ്റി പി സേവനം തേടി മിക്കവാറും സ്ഥാപനത്തിൽ വരുന്ന ഗൗരവക്കാരനും കണ്ണടക്കാരനുമായ, യുവാവോ വൃദ്ധനോ അല്ലാത്ത എഴുത്തുകാരനോട് ശശിശേഖരൻനായരുടെ സംശയം സ്വകാര്യമായി പങ്കുവച്ചു.

കണ്ണടയുണ്ടെങ്കിലും അതിന് മുകളിലൂടെ കണ്ണുകളുയർത്തി ചെറിയ ആലോചനയ്ക്ക് ശേഷം അയാൾ പറഞ്ഞു:

"ജീവിതം മുഴുവൻ ഒരു കഥയും, കഥ മുഴുവനും ജീവിതവുമാണല്ലോ."

സത്യത്തിൽ അതിന്റെ പൊരുൾ എങ്ങനെ ആലോചിച്ചിട്ടും പിടികിട്ടാത്ത ജോൺ സാമുവൽ തന്റെ വായനക്കുറവിനെക്കുറിച്ച് പരിതപിച്ചുകൊണ്ട് ആ ഉത്തരത്തെ അതിന്റെ വഴിക്ക് പറഞ്ഞുവിട്ടു.

ഈയിടെയായി ശശിശേഖരൻനായർ കടയിൽ വരുമ്പോൾത്തന്നെ ജോൺ സാമുവൽ വിയർക്കാൻ തുടങ്ങും. ഇന്നിപ്പോൾ എന്ത് ചോദ്യമായിരിക്കും ചോദിക്കുക എന്നാലോചിക്കുമ്പോൾ തന്നെ ജോൺ സാമുവലിന്റെ ഹൃദയമിടിപ്പിന്റെ താളം ക്രമംതെറ്റി ഉയർന്നു തുടങ്ങും.

ശശിശേഖരൻനായർ പറഞ്ഞ മറ്റൊരു സംഭവം ശ്രദ്ധിക്കാം.

അച്ഛന്റെ ജൈവകൃഷിപാടത്തിനടുത്ത് കൃഷിയുടെ മേൽനോട്ടത്തിന് ഏല്പിച്ചിരുന്ന കൊച്ചപ്പിയുടെ വീട്ടിൽ ശശിശേഖരൻനായർ ഒരു സന്ദർശനം നടത്തി. അച്ഛനറിയാതെ പണ്ടെപ്പോഴോ കൊച്ചപ്പിയുടെ ഭാര്യ വിളമ്പിയ മുറിച്ചവിച്ച മലയൻ മരിച്ചീനിയുടെയും കാന്താരി മുളകും ചെറിയ ഉള്ളിയും ചേർത്തരച്ച ചമ്മന്തിയുടേയും രുചിയോർമ്മയിൽ അവിടെ കയറി ആവശ്യം പറഞ്ഞപ്പോൾ കൊച്ചപ്പി ഓടി വയലിലേക്കിറങ്ങി ശശിശേഖരൻനായരെ സന്തോഷിപ്പിക്കാൻ ശ്രമിച്ചു.

കപ്പയും മുളകുകറിയും ആസ്വദിച്ച് കഴിച്ചുകൊണ്ടിരിക്കുമ്പോഴാണ് കൊച്ചപ്പിയുടെ കൊച്ചു മകനും നാട്ടിലും നഗരത്തിലും പേരെടുത്തു വരുന്ന കലിപ്പനുമായ ചെറുപ്പക്കാരൻ കയറിവരുന്നത്. ശശിശേഖരൻ

നായരെ കണ്ടമാത്രയിൽ അയാൾ പ്രതികരിച്ചതിങ്ങനെയാണ്.

"അങ്ങത്തമാരുടെ ചെറ്റപൊക്കലിന്റെ കാലമൊക്കെ കഴിഞ്ഞുപോയി സാറേ, ഇമ്മാതിരി വേഷം കെട്ടലുമായി ഇനി ഈ വഴി വന്നാൽ ഞാൻ തിരിഞ്ഞും പിരിഞ്ഞുമൊന്നും നോക്കൂല. കൈയും കാലും അടിച്ചൊടിച്ചിടും. വേഗം സ്ഥലം വിട്ടോ."

കുറച്ചുദിവസങ്ങൾ ശശിശേഖരൻനായർ കടയിൽ വന്നില്ല. അയാളെ കുറിച്ച് അന്വേഷിക്കുവാൻ ജോൺ സാമുവലിന് സമയവുമുണ്ടായിരുന്നില്ല. ഭാര്യ വിദേശത്ത് നിന്ന് കൊടുത്തയച്ച മുട്ടുവേദനയ്ക്കുള്ള ഹീറ്റ് സ്പ്രേയുമടിച്ച് ജോൺ സാമുവൽ പഴയകാലം അയവിറക്കിയിരുന്നു.

മകളെയുംകൂട്ടി ഭാര്യ സ്വന്തം വീട്ടിലേക്ക് താമസം മാറിപ്പോയ സങ്കടകരമായ ഒരു വാർത്തയുമായാണ് ശശിശേഖരൻനായർ പിന്നീടെത്തിയത്.

സംഭവത്തെക്കുറിച്ച് ശശിശേഖരൻനായർ വിവരിച്ചതിൽനിന്ന് ജോൺ സാമുവൽ മനസ്സിലാക്കിയ ചില കാര്യങ്ങൾ.

ശനിയാഴ്ച ചന്തകൂടുന്ന നാലുമുക്കിൽ സുമതിയക്കൻ എന്ന് വിളിച്ചിരുന്ന ഒരു സ്ത്രീ മുറുക്കാൻ തട്ട് വച്ചിട്ടുണ്ട്. ശശിശേഖരൻനായരുടെ അച്ഛൻ, ചന്ത ദിവസങ്ങളിൽ മുടക്കം കൂടാതെ അവിടെയെത്തി തളിർവെറ്റിലയിൽ കൃത്യമായ അളവിൽ ചുണ്ണാമ്പ് തേച്ച് പുകയില ചേർക്കാതെ സുമതിയക്കൻ മടക്കിക്കൊടുക്കുന്ന മുറുക്കാൻ ആസ്വദിച്ച് കഴിക്കുകയും, അതിൽ ആനന്ദം കണ്ടെത്തുകയും ചെയ്തിരുന്നു.

ഇക്കഴിഞ്ഞ ചന്തദിവസം ശശിശേഖരൻനായർ എണ്ണ തേച്ച് മിനുക്കിയ അച്ഛന്റെ പഴയ ഹെർക്കുലീസ് സൈക്കിളിൽ ആപ്പീസിലേക്കുള്ള യാത്രയ്ക്കിടയിൽ സുമതിയക്കന്റെ മുറുക്കാൻ തട്ടിലിറങ്ങി അച്ഛൻ കഴിച്ചുകൊണ്ടിരുന്ന മാതൃകയിൽ ഒരു മുറുക്കാൻ ആവശ്യപ്പെട്ടു.

ശശിശേഖരൻനായരിൽ അയാളുടെ അച്ഛനെ ദർശിച്ച സുമതിയക്കൻ അത്യധികം സന്തോഷത്തോടെ ഇരിക്കാൻ ചെറിയ പലക നീക്കിയിട്ടു കൊടുത്തു.

ആ പലകയിൽ ഇരുന്ന് സുമതിയക്കൻ നീട്ടിയ വെറ്റിലയുടെ തുമ്പ് നുള്ളിയെടുത്ത് കവിളിലൊട്ടിച്ചുവച്ച് അച്ഛനെ ഭയഭക്തിപൂർവ്വം അനുസ്മരിച്ച് മുറുക്കാൻ വായിലേക്കിടുമ്പോഴാണ് ആ വഴി നഗരത്തിലേക്കുള്ള സിറ്റി ബസിൽ ശശിശേഖരൻനായരുടെ ഭാര്യ കടന്നുപോയത്. ആ ദൃശ്യം കണ്ട സഹയാത്രികയും കളക്ട്രാപ്പീസിലെ തൂപ്പുകാരിയുമായ രാധാമണി യാത്രക്കാരുടെ ശ്രദ്ധ ആകർഷിച്ചുകൊണ്ട് പറഞ്ഞു.

"എന്തരിനപ്പി ഈ സാർ ഇങ്ങനെയൊക്കെ കാണിക്കണത്. ഇത് കണ്ടപ്പം എന്റെ തൊലിയുരിഞ്ഞുപോണ്. ഇതെന്തരിന്റെ കേടോ എന്തോ."

ഇത് കേട്ട ബസ് യാത്രികരിൽ കുറച്ചുപേരുടെയെങ്കിലും ശ്രദ്ധ ഒരേ സമയം ശശിശേഖരൻനായരിലേക്കും, അയാളുടെ ഭാര്യയിലേക്കും നീളുകയും അടുത്ത ബസ് സ്റ്റോപ്പിലിറങ്ങി വീട്ടിലെത്തി മകളെയും കൂട്ടി അവർ സ്വന്തം വീട്ടിലേക്ക് പോവുകയും ചെയ്തു.

സത്യത്തിൽ ജോൺ സാമുവലിന് ശശിശേഖരൻനായർ എന്തെങ്കിലും ഗുരുതരമായ കുറ്റം ചെയ്തുവെന്ന് തോന്നിയില്ല. തുടർന്ന്, തീരുമാനത്തിനുവേണ്ടി മുമ്പിലെത്തുന്ന ഫയലിൽ നോട്ടെഴുതുന്നതിന് വേണ്ടിയുള്ള ആലോചനപോലെ വീണ്ടും വീണ്ടും ആലോചിച്ചപ്പോൾ ഭാര്യയുടെ ഭാഗത്തും ന്യായീകരണമുണ്ടെന്ന് കണ്ടെത്തുകയും പതിവുപോലെ ഫയൽ മാറ്റിവയ്ക്കുന്ന രീതിയിൽ തീരുമാനം മാറ്റിവച്ചുകൊണ്ട് മറ്റ് പ്രവൃത്തികളിൽ ഏർപ്പെടുകയും ചെയ്തു.

ഞായറാഴ്ച രാവിലെ നെടുമങ്ങാട്ടെ ഭാര്യയുടെ വകയിലുള്ള റബർ തോട്ടത്തിൽപ്പോയി കുറച്ച് പണികൾ ചെയ്യിക്കേണ്ടതുള്ളതുകൊണ്ട് ജോൺ സാമുവൽ തിരക്കിട്ട് നിത്യകർമ്മങ്ങൾ ചെയ്യുകയായിരുന്നു. വാതിൽമണി ഉച്ചത്തിൽ മുഴങ്ങിയത് കേട്ട് നീരസത്തോടെ എത്തുമ്പോൾ അയാൾക്ക് മുമ്പിൽ ശശിശേഖരൻനായർ.

മുമ്പൊരിക്കലും വീട്ടിലേക്ക് അയാൾ കടന്ന് വന്നിരുന്നില്ല. സൈക്കിളിൽ വന്നതിന്റെ ലക്ഷണമൊന്നുമില്ലായിരുന്നു. മാത്രവുമല്ല അംഗവസ്ത്രമായ രണ്ടാം മുണ്ടില്ലാതെ ആദ്യമായി അയാളെ കാണുകയുമായിരുന്നു. ജോൺ സാമുവലിന് മൊത്തത്തിലൊരു പന്തികേട് തോന്നിയെങ്കിലും വീട്ടിനുള്ളിലേക്ക് ക്ഷണിച്ചിരുത്തുക തന്നെ ചെയ്തു.

ശശിശേഖരൻനായർ ആമുഖമില്ലാതെ പറഞ്ഞുതുടങ്ങി.

"സാർ, എനിക്ക് ചില കാര്യങ്ങൾ പറയാനുണ്ട്. അവിശ്വസനീയമെന്ന് തോന്നുമെങ്കിലും സാർ ഈ കഥ കേൾക്കുകതന്നെ വേണം."

"നോക്കൂ നായരെ എനിക്ക് നെടുമങ്ങാട്ടേക്ക് പോകേണ്ടതുണ്ട്. നാളയോ മറ്റെന്നാളോ നമുക്ക് വിശദമായി സംസാരിക്കാം."

പൊടുന്നനെ ശശിശേഖരൻനായരുടെ ഭാവം മാറി, ശബ്ദം വല്ലാതെ ഉയരുകയും ചെയ്തു.

"അതെങ്ങനെ ശരിയാകും സാറേ. ഞാൻ പറയുന്ന കഥ എന്റെ ജീവിതമാണ്. ഇത് കേൾക്കാൻ മറ്റാരാണുള്ളത്. പതിമൂന്ന് കിലോമീറ്റർ നടന്ന് ഞാനിവിടെ എത്തിയത് താങ്കൾ എന്നെ കേൾക്കുമെന്ന വിശ്വാസത്തിലാണ്."

ചെറുതായി നെഞ്ചിലൊരു പെരുമ്പറ മുഴക്കം അനുഭവപ്പെട്ട ജോൺ സാമുവൽ മേശപ്പുറത്തെ കുപ്പിവെള്ളത്തിലേക്ക് കൈനീട്ടുന്നതിനിടയിൽ പറയാൻ ശ്രമിച്ചു.

"നോക്കൂ ശശിശേഖരൻനായർ ഇന്നെന്തായാലും......"

വാചകം പൂർത്തിയാക്കുന്നതിനുമുമ്പ് ജോൺ സാമുവലിന്റെ പിൻകഴുത്തിൽ നേരിയ തണുപ്പ് അനുഭവപ്പെട്ടു. ശശിശേഖരൻനായരുടെ അച്ഛൻ പാക്ക് വെട്ടാൻ ഉപയോഗിച്ചിരുന്ന കത്തി അവിടെ ശക്തിയിൽ അമർന്നു.

അൻപത്തിമൂന്ന് ദിവസങ്ങൾക്കുശേഷം നഗരത്തിലെ പ്രശസ്ത മനോരോഗാശുപത്രിയിൽനിന്ന് രാജകീയ കൈപ്പടയിൽ വിലാസമെഴുതിയ ഒരു കത്ത് ജോൺ സാമുവലിനെ തേടിയെത്തി.

ട്വിസ്റ്റ്

മുന്നിൽപ്പെട്ട ഇരയെ സാവകാശം ഉള്ളിലാക്കുന്ന പെരുമ്പാമ്പിന്റെ ദൃശ്യം അടുത്തിടെ അനിമൽ പ്ലാനെറ്റിൽ കണ്ടതിനെ ഓർമ്മിപ്പിച്ചുകൊണ്ട് ഇരുട്ട് സാവധാനം സന്ധ്യയെ വിഴുങ്ങുവാൻ തുടങ്ങി. അസ്സഹനീയമായ ചൂട് പുറന്തള്ളിക്കൊണ്ട് ഭൂമി ഒരു തകർപ്പൻ മഴയുടെ സാദ്ധ്യതയും പ്രഖ്യാപിച്ചു.

സമീപകാലത്ത് നഗരത്തോടു കൂട്ടിച്ചേർക്കപ്പെട്ടതും തിരക്കേറി വരുന്നതുമായ ഒരു സ്ഥലത്താണ് ഈ സമയം അയാൾ നിന്നിരുന്നത്.

പുതിയ റെയിൽവേ പാലത്തിന് താഴെ ആകാശത്തോളം കെട്ടി ഉയർത്തിക്കൊണ്ടിരിക്കുന്ന ഷോപ്പിങ് മാളിലേക്കുള്ള ടാറടർന്ന് വികൃതമായ സമാന്തര വഴിയിൽ, പാലം താങ്ങിത്തൂണുകളുടെ മറവിൽ ആരുടെയും ശ്രദ്ധ എളുപ്പത്തിൽപ്പെടാത്ത ഒരിടമായിരുന്നു അത്.

അവിടെനിന്ന് നോക്കുമ്പോൾ ഒരു ദേശസാല്കൃത ബാങ്കിന്റെ എ ടി എം കൗണ്ടർ കാണാം. പ്രധാന വീഥിക്കരികിലില്ലാത്തതുകൊണ്ടാവണം അധികം ഇടപാടുകാർ ആ കൗണ്ടറിലേക്ക് വരാത്തതെന്ന് തോന്നുന്നു.

ചില ദിവസങ്ങളിലെ ആലോചനയ്ക്കും നിരീക്ഷണങ്ങൾക്കുമൊടുവിലാണ് അയാൾ തന്റെ ഉദ്യമത്തിനായി ആ സ്ഥലം തിരഞ്ഞെടുത്തത്. കച്ചവട സമുച്ചയത്തിലേക്കുള്ള നിർമ്മാണ സാമഗ്രികളുമായി ഇടയ്ക്കിടെ വലിയ വാഹനങ്ങൾ കടന്നുപോകുന്നത് മാത്രമാണ് ഒരസൗകര്യമായി അയാൾ വിലയിരുത്തിയത്.

ഇപ്പോൾ വായനക്കാരുടെ മനസ്സിലൂടെ അയാളുടെ ആകാരത്തെക്കുറിച്ചും വേഷത്തെപ്പറ്റിയുമെല്ലാമുള്ള ചില ധാരണകൾ ദൃശ്യങ്ങളായി മിന്നിപ്പോയിട്ടുണ്ടാവാം. എന്നാൽ നമ്മുടെ നിഗമനങ്ങളെയൊക്കെ

നിരാകരിക്കുന്ന ഒരു ഗെറ്റപ്പിലായിരുന്നു അയാൾ. വൃത്തിയായി ഉള്ളിലേക്കാഴ്ത്തിവച്ച ഫുൾസ്ലീവ് ഷർട്ടിട്ട അയാൾക്ക് ഒരു ടെക്കിലുക്കുണ്ടായിരുന്നു. മുൻവിധികളെയാകെ അട്ടിമറിക്കുന്നതാണല്ലോ ന്യൂജനറേഷൻ നടപ്പ് രീതിയും.

ഒരു വീണ്ടുവിചാരത്തിൽപ്പെട്ട് കഴിഞ്ഞ കുറേ നാളുകളായി അയാൾ തന്റെ തൊഴിലിൽനിന്ന് പിൻവാങ്ങി നില്ക്കുകയായിരുന്നു. തൊഴിലിൽ കാൽ നൂറ്റാണ്ട് പിന്നിടുമ്പോഴും ദിവസങ്ങൾക്കപ്പുറത്തേക്കുള്ള ഒരു കരുതൽ അയാളുടെ ജീവിതത്തിനുണ്ടായിരുന്നില്ല.

തൊഴിൽ ജീവിതത്തിലും വെല്ലുവിളികൾ ഏറിവരുന്നു. നാടും നഗരവുമെല്ലാം കാമറാ കണ്ണുകളുടെ നിരീക്ഷണത്തിലാണ് മുഴുവൻ സമയവും. ആകാശമാർഗ്ഗമെത്തി വിദഗ്ദ്ധമായി കൃത്യം നിർവ്വഹിച്ച് സുരക്ഷിതമായി തിരിച്ചു പോകുന്ന ഹൈടെക് കള്ളന്മാരുടെ വാർത്തകളും കേട്ടുതുടങ്ങി. മറ്റെല്ലാ രംഗത്തുമെന്നപോലെ പുറം സംസ്ഥാനക്കാരുടെ സാന്നിദ്ധ്യവും കുറവല്ല.

താൻ ഏർപ്പെട്ടിരിക്കുന്ന തൊഴിലിൽ അയാൾക്ക് ചില നിർബ്ബന്ധങ്ങളുണ്ടായിരുന്നു. സംഘം ചേർന്നുള്ള ഒരു ഉദ്യമത്തിനും അയാൾ മുതിർന്നിരുന്നില്ല. ഇരയെ ഒരു പോറൽ പോലുമേല്പിക്കാൻ അയാൾ ആഗ്രഹിച്ചിരുന്നില്ല. സ്ത്രീകളെയും കുട്ടികളെയും ഒരിക്കലും ഇരകളാക്കിയിരുന്നുമില്ല. സമീപഭാവിയിൽ ഒരു ആത്മകഥയെഴുതുവാൻ തീരുമാനിച്ചിരുന്നതുകൊണ്ടാവണം അയാൾ തന്റെ തസ്കര ജീവിതവും അതിനൊത്ത വിധത്തിൽ നയിച്ചിരുന്നത്.

ഈ സമയത്തിനുള്ളിൽ എ ടി എം കൗണ്ടറിൽ കടന്നത് രണ്ടുപേർ മാത്രമാണ്. ആദ്യത്തെയാൾ നടക്കാൻ വല്ലാതെ പ്രയാസപ്പെട്ടിരുന്ന ഒരു വൃദ്ധനായിരുന്നു. ആയാസപ്പെട്ട് പടികയറി അകത്തേക്ക് പോയി. ചെറിയ തുക മാത്രമെടുത്ത് പുറത്തിറങ്ങിയ അയാൾക്ക് പോയകാലത്ത് നഗരം വിറപ്പിച്ചിരുന്ന ഒരു പൊലീസ് ഇൻസ്പെക്ടറുടെ ഛായ തോന്നിയതിനാൽ തെല്ലിട അയാൾ അവിടേക്ക് നോക്കിയില്ല.

രണ്ടാമത്തെയാൾ ഒരു ബംഗാളി യുവാവായിരുന്നു. ഉള്ളിലെ പണപ്പെട്ടിയിൽനിന്നുയർന്ന ചോദ്യങ്ങൾക്ക് കൃത്യമായി ഉത്തരം നല്കുന്നതിൽ പരാജയപ്പെട്ട അയാൾ നിരാശനായി പുറത്തിറങ്ങി. സംശയവും ദൈന്യതയും അവരുടെ മുഖങ്ങളിലെ സ്ഥിരഭാവമാണല്ലോയെന്ന ഒരു നിരീക്ഷണം ഇതിനിടയിൽ അയാൾ നടത്തുകയും ചെയ്തു.

അയാൾ കാത്തിരുന്ന ഇരയെത്തിയത് പിന്നെയും ഏറെ കഴിഞ്ഞാണ്. സ്ത്രീകൾക്കു മാത്രമായി പണം ദിവസപ്പലിശയ്ക്ക് കടം കൊടുക്കുന്ന ഒരു തമിഴനായിരുന്നു അത്. അന്നത്തെ വിതരണാവശ്യത്തിനുള്ള തുക പിൻവലിക്കുവാൻ വേണ്ടി ബൈക്ക് നിർത്തി അയാൾ കൗണ്ടറിനുള്ളിലേക്ക് പ്രവേശിച്ചു.

അയാൾ തയ്യാറെടുത്തു ഹൃദയമിടിപ്പ് പെട്ടെന്നുയരാൻ തുടങ്ങി. രക്തത്തിലെ പഞ്ചസാരയുടെ അളവിന്റെ ഏറ്റക്കുറച്ചിലുകൾ കാരണം

നേരിയ തലകറക്കം അനുഭവപ്പെടുകയും ചെയ്തു.

കൗണ്ടറിനുള്ളിൽനിന്നും ഇര പുറത്തിറങ്ങിയാലുടൻ കഴിയാവുന്നത്ര വേഗത്തിൽ ഓടിയെത്തി, അയാളുടെ കൈയിലെ സഞ്ചി തട്ടിയെടുത്ത് തീവണ്ടിപ്പാളത്തിനോരത്ത് സുരക്ഷിതമായി വച്ചിരിക്കുന്ന ഗിയറില്ലാത്ത സ്കൂട്ടറെടുത്തു സ്ഥലം വിടണം. ഒറ്റയടിക്ക് സ്കൂട്ടർ സ്റ്റാർട്ടാകുമോ എന്ന സംശയം ഈ സമയത്തും അയാളെ അലട്ടി. ഇന്നത്തെ കളക്ഷൻ മോശ മല്ലെങ്കിൽ പുതിയതരം ഒരു ബൈക്ക് വാങ്ങണമെന്ന കാര്യം അയാൾ നേരത്തെ ഉറപ്പിച്ചിരുന്നതാണ്.

ഇര കൗണ്ടറിനുള്ളിൽനിന്ന് പണം എണ്ണിത്തിട്ടപ്പെടുത്തുന്നത് മങ്ങിയ വെളിച്ചത്തിൽ അയാൾക്ക് കാണാം. അയാൾ പതിയെ കൗണ്ടറി നടുത്തേക്ക് നടന്നു തുടങ്ങി. ഒന്ന്, രണ്ട്, മൂന്ന്... പതിവുപോലെ അയാൾ എണ്ണാൻ തുടങ്ങി. അൻപതിലെത്തുന്നതിനുമുമ്പ് ലക്ഷ്യം പൂർത്തിയാ ക്കാനായില്ലെങ്കിൽ പിന്മാറുന്നതായിരുന്നു അയാളുടെ ശീലം.

ഒരു ചുവന്ന ബൈക്ക് അയാളെ കടന്നുപോയി. പെട്ടെന്നുയർന്ന നിലവിളിയൊച്ചയിൽ അയാൾക്ക് തന്റെ എണ്ണൽ ക്രമം നഷ്ടപ്പെട്ടു. ബൈക്ക് യാത്രികരിലെ പിൻസീറ്റുകാരൻ മൂർച്ചയേറിയ ആയുധമുപയോ ഗിച്ച് അയാൾ കാത്തുനിന്ന ഇരയുടെ തലയിൽ ആഞ്ഞ് വെട്ടി, പണ സഞ്ചിയും കൈക്കലാക്കി ഉഗ്രശബ്ദത്തോടെ പാഞ്ഞുപോയി.

അയാൾ ഒരിക്കൽക്കൂടി അങ്ങോട്ട് നോക്കാൻ ശ്രമിച്ചില്ല. അരയിൽ ഭദ്രമായി സൂക്ഷിച്ചിരുന്ന ഒരിക്കലും ഉപയോഗിച്ചിട്ടില്ലാത്ത കത്തി അവിടെ തന്നെയുണ്ടെന്ന് ഉറപ്പുവരുത്തി തിരിഞ്ഞുനടന്നു.

9 789388 485289

Printed by Libri Plureos GmbH in Hamburg, Germany